૨૧મી સદીનો
લોકવ્યવહાર

Book Allan Pease as guest speaker for your next conference or seminar

Barbara & Allan Pease are the most successful relationship authors in the business. They have written 18 bestsellers, including 11 number ones, and given seminars in 70 countries. Their books are bestsellers in over 100 countries, are translated into 55 languages and have sold over 30,000,000 legal copies.

Both Barbara and Allan appear regularly in the media worldwide and their work has been the subject of 11 television series, four stage plays, a number one box office movie and TV series, which attracted a combined audience of over 100 million.

There are few keynote speakers with the same reach and influence as Allan and Barbara Pease. After learning from Allan and Barbara, thousands around the world now understand the secrets to the psychology of selling and have been able to skyrocket their professional results. Thousands more are able to communicate better with their partners and enjoy more positive and rewarding relationships.

Their company, Pease International Ltd. produces videos, training courses and seminars for businesses and governments worldwide. Their monthly relationship column was read by over 20 million people in 25 countries. They have 6 children and 9 grandkids, and are based in Australia.

Keynote Presentation Topics

- Body Language - It's Not What You Say
- The Answer
- How to Be a People Magnet
- Communicating for Results
- Questions Are The Answers
- Hot Button Selling

On-Line Courses

- Mastering Body Language: Truth, Lies, Love & Power
- Questions Are The Answers: How to get 'Yes'
- From Isolation to Impact: Communication in a Digital World
- Coaching with Barbara Pease

Books, eBooks and Audiobooks

- The Answer
- The Definitive Book Of Body Language
- Questions Are The Answers
- Body Language in the Workplace
- The Body Language of Love
- Why Men Don't Listen & Women Can't Read Maps
- Why Men Don't Have A Clue & Women Always Need More Shoes!
- Why Men Want Sex & Women Need Love
- Easy Peasey - People Skills For Life
- How Compatible Are You?
- How to Make Appointments by Telephone
- Write Language

PEASE INTERNATIONAL

+61 7 5445 5600
info@peaseinternational.com
www.peaseinternational.com

૨૧મી સદીનો
લોકવ્યવહાર

એલન અને બાર્બરા પીઝ

અનુવાદ : ડૉ. રંજન જોષી

Published by

MANJUL

Manjul Publishing House
Corporate and Editorial Office:
•2nd Floor, Usha Preet Complex,
42 Malviya Nagar, Bhopal 462 003 - India
Sales and Marketing Office:
•C-16, Sector 3, Noida, Uttar Pradesh
201301, India
E-mail: manjul@manjulindia.com
Website: www.manjulindia.com

Distributed by

Navbharat Sahitya Mandir
•Opp Patasa Pole, Nr. Jain Derasar,
Gandhi Road, Ahmedabad - 380 001 - India
•202 Pelican House, Gujarat Chamber of
Commerce Compound,
Opp. H. K. College, Ashram Road,
Ahmedabad - 380 009 - India
Tel.: 079 - 22139253, 22132921
E-mail: info@navbharatonline.com
Website: www.navbharatonline.com

First published in India by

MANJUL

Manjul Publishing House

Corporate and Editorial Office

• 2nd Floor, Usha Preet Complex, 42 Malviya Nagar, Bhopal 462 003 – India

Sales and Marketing Office

• C-16, Sector 3, Noida, Uttar Pradesh 201301 – India

E-mail: manjul@manjulindia.com Website: www.manjulindia.com

Distributed by

Navbharat Sahitya Mandir

•Opp Patasa Pole, Nr. Jain Derasar, Gandhi Road, Ahmedabad - 380 001 - India

•202 Pelican House, Gujarat Chamber of Commerce Compound,
Opp. H. K. College, Ashram Road, Ahmedabad - 380 009 - India

Tel.: 079 - 22139253, 22132921 E-mail: info@navbharatonline.com

Website: www.navbharatonline.com

Gujarati language translation of
You Can! People Skills For Life by Allan Pease & Barbara Pease

Published by agreement with PEASE INTERNATIONAL PTY. LTD.
AUSTRALIA, c/o Dorie Simmonds Agency Ltd.

This Gujarati edition first published in 2025

ISBN 978-93-5543-781-5

Translation by Dr. Ranjan Joshi

Printed and bound in India by Repro India Limited

આભાર

અમે આ તમામ લોકોના આભારી છીએ કે જેમણે જાણતાં-અજાણતાં, પ્રત્યક્ષ કે પરોક્ષ રીતે, આ પુસ્તકને સાકાર કરવામાં સહયોગ આપ્યો છે: રે અને રૂથ પીઝ, ડૉ. ડેનિસ વેઇટલી, ટ્રેવર ડોલ્બી, માલ્કમ એડ્વર્ડ્સ, રોન અને ટોબી હેલ, ડેબ મેહર્ટન્સ, જિમ કેથકાર્ટ, સ્ટીવ રાઇટ, ટ્રિશ ગોડાર્ડ, કેરી-એન કેનરલી, બર્ટ ન્યૂટન, લિયોન બાયનર, રોન ટેકી, જેરી અને કેથી બ્રેડબિયર, કેથી કોન્ટોલિયન, ટ્રેવર વેલ્ટ, કેવિન ફ્રેઝર, એલન ગાર્નર, બ્રાયન ટ્રેસી, જેરી હેટોન, જોન હેપવર્થ, ગ્લેન ફ્રેઝર, ડેવિડ સ્મિથ, સેલી અને જ્યોફ બર્ચ, ડોરી સાયમન્ડ્સ, ડેસિમા મેકોલે, ઈયાન અને જો એબોટ, નોર્મન અને ગ્લેન્ડા લિયોનાર્ડ.

અનુક્રમ

પ્રસ્તાવના

કોઈ પણ અજાણ્યા સ્થળે જવાની અને અજાણ્યા લોકો સાથે હકારાત્મક વાતચીત કરવાની કુદરતી ક્ષમતા ધરાવતા લોકોને જોઈને આપણે બધા આશ્ચર્યચકિત થઈ જઈએ છીએ. ઘણીવાર એવું માનવામાં આવે છે કે આ પ્રતિભા જન્મજાત છે, જેના કારણે આ લોકો 'કરિશ્માઈ વ્યક્તિત્વ'વાળા બની જાય છે. તેમ છતાં કેટલાક લોકો તેમના ગુણો વિશે આશ્ચર્ય અનુભવે છે, મોટાભાગના માને છે કે આ ગુણો 'જન્મજાત' હોવા જોઈએ. સત્ય એ છે કે પ્રભાવશાળી લોકોનો આ 'કરિશ્મા' જન્મતો નથી. જો તમારી પાસે શીખવા માટે યોગ્ય જ્ઞાન અને નિશ્ચય હોય તો તે શીખવાની ક્ષમતા છે અને અન્ય કોઈ પણ શીખેલી ક્ષમતાની જેમ, તે શીખી શકાય છે, સન્માનિત કરી શકાય છે અને પૂર્ણ કરી શકાય છે.

'21મી સદીનો લોકવ્યવહાર' નામનું આ પુસ્તક તમને દરેક સાથે અસરકારક બનવા માટે જરૂરી તમામ કૌશલ્યો પ્રદાન કરશે. જ્યારે તમે આ ક્ષમતાઓ શીખો છો અને તેને તમારા જીવનમાં લાગુ કરો છો, ત્યારે તમારી લોકપ્રિયતા નોંધપાત્ર રીતે વધશે. જો લોકો પૂછવા માંડે કે "આટલી સફળતાપૂર્વક વાત કરવાની કળા તમે ક્યાંથી શીખ્યા?" તો નવાઈ પામશો નહીં. જો તેઓ પૂછતા ન હોય તો પણ, તેઓ ચોક્કસપણે તેમના મનમાં તેના વિશે વિચારી રહ્યા છે, જેવું તમે એકવાર વિચાર્યું હતું.

આ પુસ્તક તે આવશ્યક ક્ષમતાઓ વિશે છે, જેના દ્વારા તમે જાહેર વ્યવહારમાં અસાધારણ સફળતા મેળવી શકો છો. અમે તેને એવી રીતે ડિઝાઇન કર્યું છે કે તમે તેને કોઈ પણ પૃષ્ઠ પરથી અને તરત જ ખોલી શકો છો, નવી ક્ષમતા શીખી શકો છો. દરેક પ્રકરણમાં આપણે યોગ્યતા વિશે સીધા મુદ્દા પર પહોંચીએ છીએ, ઉદાહરણ આપીએ છીએ અને પછી સમાપ્ત કરીએ છીએ, આ પરિચયની જેમ જ.

- એલન અને બાર્બરા પીઝ

અડધા રસ્તે આવેલી ધર્મશાળા

ઇટાલીના વેનિસ અને વેરોના શહેરોની વચ્ચે એક સુંદર ટેકરી પર એક નાની ધર્મશાળા હતી. એક રાત્રે એક મુસાફર આવીને ત્યાં રોકાયો.

ધર્મશાળાના માલિકે તેને પૂછ્યું, "તમે ક્યાં જાઓ છો?"

પ્રવાસીએ જવાબ આપ્યો, "હું વેનિસનો છું અને વેરોનામાં રહેવાનો છું. મને કહો કે વેરોનાના લોકો કેવા છે?"

ધર્મશાળાના માલિકે પૂછ્યું, "વેનિસમાં રહેતા લોકો તમને કેવા લાગ્યા?"

"તેઓ ખૂબ જ ખરાબ હતા!" પ્રવાસીએ કહ્યું, "તેઓ ક્રૂર, લાગણીહીન અને દૂર-દૂર રહેનારા છે. તેઓ કોઈને મદદ કરવા માટે આંગળી પણ ઉઠાવતા નથી! તેથી જ હું તે જગ્યા છોડીને વેરોનામાં રહેવા જઈ રહ્યો છું."

"હમ્મ્…" ધર્મશાળાના માલિક ગણગણ્યા. "તો તમને વેરોનામાં રહેવું ગમશે નહીં… ત્યાંના લોકો પણ આવા જ છે!"

ધર્મશાળાના માલિકની વાત સાંભળીને પ્રવાસી નિરાશ થઈ ગયો અને પોતાના રૂમમાં ગયો.

એ જ રાત્રે બીજો પ્રવાસી ધર્મશાળામાં રાત વિતાવવા આવ્યો.

ધર્મશાળાના માલિકે તેને પૂછ્યું, "તમે ક્યાં જાઓ છો?"

બીજા પ્રવાસીએ જવાબ આપ્યો, "હું વેરોનાનો છું અને વેનિસમાં રહેવાનો છું. વેરોનામાં રહેનારા લોકો કેવા છે?"

ધર્મશાળાના માલિકે પૂછ્યું, "પહેલાં મને કહો કે વેરોનાના લોકો કેવા હતા?"

પ્રવાસીએ કહ્યું, "તેઓ અદ્‌ભુત છે. તેઓ દયાળુ, મળતાવડા, મૈત્રીપૂર્ણ અને મદદગાર છે. ભારે હૃદયથી હું તે શહેર છોડી રહ્યો છું."

આ સાંભળીને ધર્મશાળાના માલિકે કહ્યું, "તો પછી તમને વેરોનામાં રહેવું ગમશે. ત્યાંના લોકો પણ એવા જ છે!"

બોધ

તમે અન્ય લોકો સાથે જે રીતે વર્તો છો, તેઓ તે મુજબ જ પ્રતિક્રિયા આપે છે.

માનવસ્વભાવનાં ત્રણ મૂળભૂત સત્યો

1. મહત્ત્વપૂર્ણ હોવાનું મહત્ત્વ

માનવસ્વભાવની સૌથી મોટી જરૂરિયાતો મહત્ત્વપૂર્ણ હોવું, આદર અને પ્રશંસા પ્રાપ્ત કરવાં તે જ છે.

- થોમસ ડેવી

ભૂખ જેવી શારીરિક જરૂરિયાતો કરતાં માનવીને મૂલ્યવાન હોવાની જરૂરિયાત વધારે હોય છે, કારણ કે ખોરાક ખાધા પછી વ્યક્તિની ભૂખ અદશ્ય થઈ જાય છે. મહત્ત્વની અનુભૂતિની જરૂરિયાત પ્રેમની જરૂરિયાત કરતાં પણ વધારે છે, કારણ કે જ્યારે પ્રેમ પ્રાપ્ત થાય છે, ત્યારે તે જરૂરિયાત પણ સંતોષાય છે. આ જરૂરિયાત સુરક્ષા કરતાં પણ વધારે છે, કારણ કે જ્યારે વ્યક્તિ સુરક્ષિત હોય છે ત્યારે સુરક્ષાનો મુદ્દો મહત્ત્વનો રહેતો નથી.

નોંધપાત્ર હોવાની ઇચ્છા એ સૌથી મજબૂત માનવ ઇચ્છા છે અને તે એવા ગુણોમાંથી એક છે, જે આપણને પ્રાણીઓથી અલગ પાડે છે. આ કારણે લોકો ચોક્કસ બ્રાન્ડના કપડાં પહેરે છે, 'લેટેસ્ટ' નવી કાર ખરીદે છે, તેમના દરવાજાની નેમપ્લેટ પર ડિગ્રીઓ લખાવે છે અથવા તેમના બાળકો વિશે બડાઈ મારતા હોય છે. આ મુખ્ય કારણ છે કે બાળકો શેરી ગેંગમાં જોડાય છે. કેટલાક લોકો, કુખ્યાત બનવાની ઇચ્છામાં, ગુનેગાર અથવા ખૂની પણ બની જાય છે.

વૈવાહિક અભ્યાસમાં એવું જાણવા મળ્યું છે કે મહિલાઓના લાંબા ગાળાના

સંબંધો તૂટવાનું મુખ્ય કારણ દુર્વ્યવહાર, ક્રૂરતા કે શોષણ નથી, સાચું કારણ કદરનો અભાવ છે. મૂલ્યવાન હોવું અને પ્રશંસા પ્રાપ્ત કરવાની ઇચ્છા મધ્યસ્થતામાં શક્તિશાળી છે અને તમે કોઈને જેટલો મહત્ત્વનો અનુભવ કરાવો છો, તેટલું તે તમારી સાથે વધુ સકારાત્મક વર્તન કરશે.

2. લોકોની મૂળભૂત રુચિ સ્વયંમાં છે

અન્ય લોકોને તમારા કરતાં પોતાનામાં વધુ રસ હોય છે, તેથી તેમની સાથે વાત કરતી વખતે તમારો મુખ્ય ધ્યેય તમારા વિશે નહીં, પણ તેમના વિશે વાત કરવાનો હોવો જોઈએ.

ઉદાહરણ તરીકે, તમારે આ વિષયો પર વાત કરવી જોઈએ :
તેમની લાગણીઓ
તેમનો પરિવાર
તેમના મિત્રો
તેમની પ્રતિષ્ઠા
તેમની જરૂરિયાતો
તેમના વિચારો
તેમની વસ્તુઓ

જ્યાં સુધી તેઓ તમારા વિશે પૂછે નહીં ત્યાં સુધી તમારા વિશે ક્યારેય વાત ન કરો.

બીજા શબ્દોમાં કહીએ તો, મૂળભૂત વાત એ છે કે લોકોને ફક્ત પોતાનામાં જ રસ છે. તેમને 'મારા માટે એમાં શું છે' એમાં રસ છે. જાહેર વ્યવહારમાં સફળ થવા માટે, તમારે આ નિયમને માનવસંબંધોના પાયા તરીકે માનવો જોઈએ. અને જો કોઈ તમારા વિશે પૂછતું નથી, તો તેનો અર્થ એ છે કે તેને તમારામાં રસ નથી, તેથી તમારા વિશે ચર્ચા શરૂ ન કરવી તે વધુ સારું છે.

કેટલાક લોકો માનવસ્વભાવના આ મૂળભૂત સિદ્ધાંતથી હતાશ થઈ જાય છે અને અન્યને સ્વાર્થી માને છે. આપતી વખતે એવું વિચારવું ફેશનેબલ છે કે બદલામાં કંઈ પણ મેળવવાની અપેક્ષા ન રાખવી જોઈએ. મોટા ભાગના લોકો, જેઓ નિઃસ્વાર્થપણે આપે છે તે આ નૈતિક નિયમનું પાલન કરે છે, "તમે જે આપો છો તે અમુક રીતે, અમુક સમયે, વ્યાજ સાથે તમારી પાસે પાછું આવશે." પણ સત્ય તો એ છે કે આપણે જીવનમાં જે કંઈ કર્યું તે સ્વાર્થથી

જ કર્યું. બધું સ્વાર્થથી પ્રેરિત છે. તમે સેવાભાવી સંસ્થાને જે દાન આપો છો તે પણ સ્વ-હિતથી પ્રેરિત છે, કારણ કે દાન કરતી વખતે તમે ઉદારતાની લાગણી અનુભવો છો. બોટમ લાઇન એ છે કે જો તમે ગોપનીય દાન કરો છો, તો પણ તમને તેના માટે પુરસ્કાર મળે છે. મધર ટૅરેસાએ તેમનું આખું જીવન અન્યોની સેવામાં સમર્પિત કર્યું, જેથી તેઓ ભગવાનની સેવા કરવાથી સંતોષ અનુભવી શકે. અને આ તમામ કાર્યો નકારાત્મક નથી, પરંતુ હકારાત્મક છે.

જે લોકો અપેક્ષા રાખે છે કે બીજાઓ પોતાનામાં રસ લેવાનું બંધ કરે તેઓ માનવસ્વભાવથી સતત નિરાશ અને દુઃખી રહે છે.

તેના માટે શરમ અનુભવવાની કે માફી માંગવાની જરૂર નથી. બસ, આ જ રીતે જીવન ચાલે છે. પોતાના માટે કામ કરવું એ સ્વ-બચાવની જન્મજાત ભાવના છે, જે આપણા મનમાં ઊંડે ઊંડે જડાયેલી છે. આ શરૂઆતથી જ મનુષ્યની લાક્ષણિકતા રહી છે. આ સ્વ-બચાવનો આધાર છે. એ સમજવું કે આપણે બધા આપણા પોતાના સ્વાર્થને પ્રથમ સ્થાન આપીએ છીએ તે જાહેર વ્યવહારમાં સફળતાની ચાવી છે.

જો તમે ત્રીસ દિવસ સુધી દરરોજ આદર અને કદર બતાવીને લોકોને મહત્ત્વની અનુભૂતિ કરાવવાની પ્રેક્ટિસ કરશો, તો તે કાયમી આદત બની જશે.

3. સમાન વળતરનો કુદરતનો નિયમ

વ્યક્તિના અર્ધજાગ્રત મનમાં પ્રબળ ઇચ્છા હોય છે કે તેને જે કંઈ પણ આપવામાં આવ્યું છે તેના બદલામાં તેણે સમાન મૂલ્યનું કંઈક પાછું પણ આપવું જોઈએ. જો તમે કોઈને તેને ગમતી વસ્તુ આપી હોય તો તે પણ તેના બદલામાં તમને કંઈક આપવા અથવા તમને ગમતું કંઈક કરવા ઇચ્છશે. ઉદાહરણ તરીકે, જો કોઈ વ્યક્તિ કોઈ એવા મિત્ર પાસેથી કાર્ડ મેળવે કે જેને તેણે કાર્ડ મોકલ્યું ન હતું, તો તે મિત્રને કાર્ડ મોકલવાની ઇચ્છા તરત જ તેના મનમાં ઉત્પન્ન થશે અને તે તરત જ કાર્ડ મોકલવાનો પ્રયાસ કરશે.

જ્યારે તમે કોઈની તરફેણ કરો છો, ત્યારે તેઓ સામાન્ય રીતે તમને ચુકવણી કરવાની તક શોધતા હશે. જો તમે કોઈના વખાણમાં કંઈક બોલો છો, તો તે

તમને માત્ર પસંદ જ નહીં કરે, પરંતુ બદલામાં તમારાં વખાણ કરવાનો પ્રયાસ પણ કરશે. પરંતુ જો તમે એકલા અથવા અલગ દેખાશો, તો લોકો તમને બિન મૈત્રીપૂર્ણ ગણશે અને તમારા માટે તે મૈત્રીપૂર્ણ રહેશે નહીં. જો તમે ઉદાસીન રહેશો, તો લોકો તમને ઠંડા અથવા બેદરકાર ગણશે અને તમારી સાથે તેઓ તે જ રીતે વર્તશે. જો તમે કોઈનું અપમાન કરો છો તો તેના મનમાં બદલો લેવાની ઇચ્છા ઉત્પન્ન થાય છે. જ્યારે તમે કંઈક નકારાત્મક કરો છો, ત્યારે તમને બદલામાં કંઈક વધુ નકારાત્મક મળે છે. જો કે, જ્યારે તમે કંઈક હકારાત્મક કરો છો, ત્યારે કોઈક સમયે તમને બદલામાં કંઈક સકારાત્મક મળશે. આ કુદરતનો નિયમ છે, જે ભાગ્યે જ નિષ્ફળ જાય છે.

લોકપ્રિય બનવા માટે કોઈ ને કોઈ રીતે લોકોને એવો અહેસાસ કરાવો કે તેઓ તમારા કરતાં વધુ મહત્ત્વપૂર્ણ છે. જો તમે તેમના કરતાં સારા છો તેવું વર્તન કરશો, તો તેઓ કાં તો હીનતાના ભાવથી પીડાશે અથવા તમારી ઈર્ષ્યા કરશે. આ સકારાત્મક સંબંધો બનાવવા માટે હાનિકારક છે.

ઉદાહરણ તરીકે, જો તમે એક દિવસ રેસ્ટોરન્ટમાં સરસ ભોજન લો છો, અથવા દુકાનનો સેલ્સમેન તમારા હાલચાલ પૂછે છે, અથવા વિમાનમાં સફાઈ કરતી મહિલા તમારાં ગંદા વાસણો લઈ જાય છે, તો સ્મિત કરો અને તેના સૌજન્ય માટે તેનો આભાર માનો.

જ્યારે તમે આ ત્રણ મૂળભૂત પાસાઓને સમજો છો અને સ્વીકારો છો, ત્યારે તમને એ જોઈને આશ્ચર્ય થશે કે તમારી પાસે બીજાઓને પ્રભાવિત કરવાની અદ્ભુત શક્તિ આવી ગઈ છે.

સારાંશ

1. માનવસ્વભાવની સૌથી પ્રબળ ઇચ્છા છે, મહત્ત્વપૂર્ણ હોવું અને પ્રશંસા પ્રાપ્ત કરવી.
   - તમે કોઈને જેટલો મહત્ત્વનો અનુભવ કરાવશો, તે તમારા પ્રત્યે વધુ સકારાત્મક વર્તન કરશે.

2. લોકોની મૂળભૂત રુચિ સ્વયંમાં છે
   - લોકો સાથે વ્યવહાર કરતી વખતે, તેઓ શું વિચારે છે અને તેઓ શું ઇચ્છે છે તે ધ્યાનમાં લો.

3. સમાન વળતરનો કુદરતનો નિયમ
   - તમે જે પણ આપો છો, કોઈક દિવસ, ક્યાંક ને ક્યાંક તમને બદલામાં એ જ વસ્તુ પાછી મળશે.

વિભાગ અ

લોકોને અનુભવ કરાવો કે
તેઓ મહત્ત્વપૂર્ણ છે

1

સાચી પ્રશંસા કેવી રીતે કરશો?

સંશોધન દર્શાવે છે કે જ્યારે તમે લોકોની પ્રશંસા કરો છો, ત્યારે તેઓ તમને સહાનુભૂતિશીલ, સમજદાર અને આકર્ષક માને છે. તેથી તમારા જીવનસાથી, સહકર્મીઓ, કર્મચારીઓ, બૉસ, મુલાકાતીઓ, ગ્રાહકો, ટપાલી, માળી, બાળકોનાં વખાણ કરો. દરેકની પ્રશંસા કરો! દરેક વ્યક્તિમાં કંઈક એવું હોય છે જેની તમે પ્રશંસા કરી શકો, પછી ભલે તે તમને ગમે તેટલું તુચ્છ કે બિનમહત્ત્વપૂર્ણ લાગે. અમે બાંયધરી આપીએ છીએ કે જો તમે નિયમિતપણે દરેક વ્યક્તિને વિશેષ અનુભવ કરાવવાનો પ્રયાસ કરશો, તો તમારા માટે એક નવી અને અલગ દુનિયા ખૂલશે.

પ્રશંસા વ્યક્ત કરવાની સૌથી સામાન્ય રીત એ છે કે કોઈના ચહેરા પર સકારાત્મક ટિપ્પણી કરવી. આ પ્રકારની પ્રશંસા વ્યક્તિને સીધું કહે છે કે તમે તેના વર્તન, દેખાવ અથવા વસ્તુઓની પ્રશંસા કરો છો.

દાખલા તરીકે :

વર્તન : તમે ખૂબ સારા ટ્રેનર છો.

દેખાવ : તમારી હેરસ્ટાઇલ સરસ છે.

વસ્તુઓ : મને તમારો બગીચો ગમે છે.

આ ત્રણેયમાંથી વર્તન માટેનાં વખાણ સૌથી વધુ અસર કરે છે. આ પ્રકારની પ્રશંસા બે તકનીકોનો ઉપયોગ કરીને વધુ અસરકારક બને છે :

1. વ્યક્તિના નામનો ઉપયોગ

વ્યક્તિના નામનો ઉપયોગ કરવાથી તે વાતચીતમાં વધુ રસ લે છે. આ કારણોસર તે પોતાના નામ પછી જે વાત આવે છે તેને ધ્યાનથી સાંભળે છે. જ્યારે પણ તમે કોઈ અગત્યની વાત કહેવા જઈ રહ્યા હો, ત્યારે તે બોલતા પહેલાં સાંભળનારનું નામ લો. આનાથી તે તમે જે કહ્યું છે તે સાંભળશે અને યાદ રાખશે તેની શક્યતાઓ વધી જાય છે.

2. શું/શા માટે તકનીક

મોટાભાગની સ્તુત્ય ટિપ્પણીઓ નિષ્ફળ જાય છે, કારણ કે તેઓ કહે છે કે શું ગમ્યું છે, પરંતુ શા માટે તે નહીં. વખાણની અસર સત્ય પર આધાર રાખે છે. જો તમે ફક્ત તેને કહો કે તમને શું ગમે છે, તો તે ઘણી વાર ખુશામત લાગે છે અને ખુશામત ક્યારેય કામ નથી આવતી. તો હંમેશાં કહો કે તમને તે વસ્તુ શા માટે ગમે છે. દાખલા તરીકે :

વર્તન : ‘*એલન*, તમે ખૂબ સારા માર્ગદર્શક છો, *કારણ* કે તમે અમારા દરેક પર વ્યક્તિગત ધ્યાન આપો છો.’

દેખાવ : ‘*વાહ*, તારી હેરસ્ટાઇલ સુંદર છે, *કારણ* કે તે તારી આંખોને ચમકાવે છે.’

વસ્તુ : ‘*જ્હોન*, તમારો બગીચો સુંદર છે, *કારણ* કે તે પર્યાવરણ સાથે ખૂબ સારી રીતે મૅચ થાય છે.’

નામ લેવાની ટેવ પાડો, લોકોને જણાવો કે તમને તેમના વિશે શું ગમે છે અને શા માટે. આ સાથે તેઓ તમને અને તમે જે કહ્યું છે તેને લાંબા સમય સુધી યાદ રાખશે. જો તમને ખરેખર એવું ન લાગે તો પ્રશંસા ન કરો. આ ખુશામત છે, જે સરળતાથી ઓળખી શકાય છે. ખુશામતનો અર્થ છે તેને એ જ કહેવું જે તે પોતાના વિશે વિચારે છે.

ત્રીજા વ્યક્તિ દ્વારા પ્રશંસા

આ પ્રકારની પ્રશંસા સીધી રીતે નહીં, પરંતુ ત્રીજી વ્યક્તિ દ્વારા કરવામાં આવે છે. તમે જેની પ્રશંસા કરી રહ્યા છો તેની સાથે ભલે તમે વાત ન કરી રહ્યા હો, પરંતુ તે તમારાં વખાણ સાંભળી શકે, તો તમારી વાત આ શ્રેણીમાં આવે

છે. તમે જે વ્યક્તિનાં વખાણ કરવા માંગો છો, તેના શ્રેષ્ઠ મિત્ર અથવા વાચાળ વ્યક્તિની સામે વખાણ કરો. તે ચોક્કસપણે આ પ્રશંસાને યોગ્ય વ્યક્તિ સુધી પહોંચાડશે. આ પ્રકારની જાહેર પ્રશંસા ખાનગી વાતચીતમાં આપવામાં આવતી પ્રશંસા કરતાં વધુ વિશ્વસનીય અને મહત્ત્વપૂર્ણ માનવામાં આવે છે.

પ્રશંસા પહોંચાડવી

આમાં તમે વખાણ નથી કરતા, પરંતુ કોઈ બીજાનો સંદેશો આપો છો. તમે અન્ય વ્યક્તિને કહો છો કે, શા માટે કોઈ અન્ય વ્યક્તિ તેના વર્તન, દેખાવ અથવા વસ્તુઓને પસંદ કરે છે.

દાખલા તરીકે :

> "*બોબ* જ્હોન મને કહે છે કે, તમે ક્લબના શ્રેષ્ઠ ખેલાડી છો, *કારણ* કે તમે હારતા નથી. તમારી સફળતાનું રહસ્ય શું છે?"

સંભવિત ક્લાયન્ટને ઇન્ટરવ્યૂ માટે બોલાવતો બિઝનેસમેન કદાચ કહી શકે છે:

> "*મિસ્ટર જોન્સન,* મેં સાંભળ્યું છે કે તમે નગરના શ્રેષ્ઠ એકાઉન્ટન્ટ છો, *કારણ* કે તમને પરિણામ મળે છે. શું તે સાચું છે?"

આનાથી તણાવ ઓછો થાય છે અને સામાન્ય રીતે બીજી વ્યક્તિ હસવા લાગે છે.

પ્રશંસા કેવી રીતે સ્વીકારવી

જ્યારે કોઈ તમારી પ્રશંસા કરે છે ત્યારે :

1. સ્વીકારો
2. પ્રશંસા માટે તેનો આભાર માનો
3. તમારી સદ્ભાવના સાબિત કરો

દાખલા તરીકે :

કાઈલી : "એન, તમારી કાર આજે સરસ લાગે છે."
એન : "આભાર કાઈલી. મેં આજે સવારે જ તેને સાફ કરી છે અને પૉલિશ કરી છે. મને ખુશી છે કે તેણે તમારું ધ્યાન ખેંચ્યું! મને આ સાંભળીને આનંદ થયો."

જ્યારે તમે પ્રશંસા સ્વીકારો છો, ત્યારે અન્ય લોકો જાણે છે કે તમારી સ્વ-છબી સારી છે. પ્રશંસાને નકારવાનો સામાન્ય રીતે અર્થ એવો થાય છે કે તમે પ્રશંસા કરનાર વ્યક્તિને નકારી રહ્યા છો.

દરરોજ ત્રણ લોકોના વર્તન, દેખાવ અથવા વસ્તુઓ માટે વખાણ કરવાની હવેથી આદત બનાવો. તેમની પ્રતિક્રિયા પર ધ્યાન આપો. તમે ટૂંક સમયમાં જ શીખી શકશો કે વખાણ મેળવવા કરતાં વખાણ કરવાં વધુ ફાયદાકારક છે.

2

અસરકારક રીતે કેમ સાંભળશો?

આપણે બધા સારા વક્તાઓને જાણીએ છીએ, પરંતુ અમે સારા શ્રોતાઓ સાથે સમય પસાર કરવા માંગીએ છીએ. આકર્ષક વક્તા એ છે કે જે કોઈ અન્ય બોલે ત્યારે તેને ધ્યાનપૂર્વક સાંભળે છે.

સારા વક્તાઓ કરતાં સારા શ્રોતાઓ પ્રથમ છાપ સારી રીતે બનાવે છે. 40% લોકો પોતાની બીમારીની સારવાર કરાવવા ડૉક્ટર પાસે જતા નથી. પરંતુ તેઓ એટલા માટે જાય છે, કારણ કે તેઓ ઇચ્છે છે કે કોઈ તેમને સાંભળે. મોટા ભાગના કિસ્સાઓમાં, ગુસ્સે થયેલા ગ્રાહકો, અસંતુષ્ટ કર્મચારીઓ અને ગુસ્સે થયેલા મિત્રો ઇચ્છે છે કે કોઈ તેમની સમસ્યાઓ વિશે સાંભળે.

જો તમારે સારા વક્તા બનવું હોય તો પહેલાં સારા શ્રોતા બનો.

આપણે સાંભળીએ છીએ તેના કરતા ત્રણગણી ઝડપથી વિચારી શકીએ છીએ. તેથી જ મોટાભાગના લોકોને અસરકારક રીતે સાંભળવું મુશ્કેલ લાગે છે. વ્યવસાયમાં પ્રથમ પગલું પોતાને અને પછી તમારા વિચાર, ઉત્પાદન, સેવા અથવા ઑફરને વેચવાનું છે. આ અવસ્થાને 'શ્રવણ અવસ્થા' કહે છે. તમારો ધ્યેય સૌપ્રથમ તમારી જાતની સારી છાપ ઊભી કરવાનો હોવો જોઈએ અને પછી તમારી સંભાવનાઓ અને તેમની જરૂરિયાતો વિશે સંબંધિત પ્રશ્નો પૂછો, જેથી તમે તેમની મુખ્ય ઇચ્છાઓ અથવા 'હોટ બટન્સ' શોધી શકો.

શ્રવણના 5 સુવર્ણનિયમો

1. 'સક્રિય શ્રવણ' શીખો

'સક્રિય શ્રવણ' એ અન્ય લોકોને વાત કરવાનું ચાલુ રાખવા માટે પ્રોત્સાહિત કરવાની એક અદ્ભુત રીત છે. આ સાથે તમે એ પણ સુનિશ્ચિત કરો કે સામેની વ્યક્તિએ જે કહ્યું તે તમે સમજી ગયા છો.

'સક્રિયતાપૂર્વક સાંભળવા' માટે તમારે ફક્ત અન્ય વ્યક્તિએ જે કહ્યું તે સંક્ષિપ્તમાં તમારા પોતાના શબ્દોમાં પુનરાવર્તિત કરવું પડશે, જેમાં પ્રથમ શબ્દ 'તમે' હોવો જોઈએ.

આનું ઉદાહરણ જુઓ :

માર્ક : "મારી કંપનીમાં 1,200 કર્મચારીઓ છે, તેથી આગળ વધવું ખરેખર મુશ્કેલ છે."

મેલિસા : "તમે ખરેખર હતાશા અનુભવો છો." (સક્રિય સાંભળવું)

માર્ક : "બરાબર. હું ઘણા પ્રમોશનલ ઇન્ટરવ્યૂ આપું છું, પણ મને ક્યારેય પ્રમોશન મળતું નથી."

મેલિસા : "તમને એવું લાગે છે કે તમારી અવગણના કરવામાં આવી રહી છે." (સક્રિય સાંભળવું)

માર્ક : "ચોક્કસપણે. જો અધિકારીઓને લાગે છે કે હું લાયક નથી, તો તેઓએ મને સ્પષ્ટપણે કહેવું જોઈએ."

મેલિસા : "તમે ઇચ્છો છો કે અન્ય લોકો તમારી સાથે પ્રમાણિકતાથી વર્તે."

માર્ક : "તે સાચું છે! એટલું જ નહીં... (વગેરે)"

જો તમને લાગે કે તમે કોઈને બરાબર સાંભળ્યા નથી, તો ઉમેરો, "શું હું સાચો છું?"

દાખલા તરીકે :

લિસા : "તમે ઇચ્છો છો કે અન્ય લોકો તમારી સાથે પ્રમાણિકતાથી વર્તે. શું હું સાચો છું?"

જ્યારે તમે સક્રિય રીતે સાંભળો છો, ત્યારે અન્ય લોકો પોતાની જાતને ખૂલીને વ્યક્ત કરી શકે છે, કારણ કે તમે તમારો અભિપ્રાય આપતા નથી અથવા

તેમની ટીકા કરતા નથી. તેનો અર્થ એ પણ છે કે તમારે આગળ શું કહેવાની જરૂર છે તે વિશે તમે વિચારી રહ્યા નથી.

2. ન્યૂનતમ પ્રોત્સાહક શબ્દોનો ઉપયોગ કરો

જ્યારે અન્ય વ્યક્તિ બોલતી હોય, ત્યારે તેને વાત કરવાનું ચાલુ રાખવા માટે પ્રોત્સાહિત કરવા ન્યૂનતમ પ્રોત્સાહક શબ્દોનો ઉપયોગ કરો :

સારું,
હમ્મ્, ઓહ,
ખરેખર?,
પછી શું થયું?

ઓછામાં ઓછા પ્રોત્સાહક શબ્દો અન્ય વ્યક્તિ જે કહે છે તે માહિતીનું મૂલ્ય ત્રણ ગણું કરી શકે છે.

3. અન્ય વ્યક્તિ સાથે આંખનો સંપર્ક કરો

જ્યાં સુધી સામેની વ્યક્તિ તમારી સાથે આંખનો સંપર્ક રાખે છે, તમારે પણ આંખનો સંપર્ક રાખવો જોઈએ. અન્ય વ્યક્તિ સાથે આંખમાં આંખ મેળવીને વાત કરવાથી તાલમેલ બની રહે છે.

4. સાંભળતી વખતે વ્યક્તિ તરફ ઝુકાવ

આપણે જે લોકોને પસંદ નથી કરતા અથવા કંટાળી ગયા છીએ તેવા લોકોથી આપણે શરમાતા હોઈએ છીએ અથવા પીછેહઠ કરતા હોઈએ છીએ. તમને રુચિ છે તે બતાવવા માટે આગળ ઝૂકો.

5. વક્તાને અટકાવશો નહીં, સમાન મુદ્દા પર બોલો

વિષય બદલવામાં બહુ ઉતાવળ ન કરો. તેઓ જે કહે છે તે પૂર્ણ કરવા દો.

3

'આભાર' કેવી રીતે માનશો?

કેટલાક લોકો માટે, 'આભાર' કહેવું નાની વસ્તુ જેવું લાગે છે, પરંતુ સંબંધો વિકસાવવાની કળામાં તે સૌથી શક્તિશાળી સાધન છે. જ્યાં શક્ય હોય ત્યાં, લોકોનો આભાર માનવાની તક શોધો.

અસરકારક રીતે 'આભાર માનવા' માટેની 4 ચાવીઓ

1. સ્પષ્ટ રીતે આભાર માનો

જ્યારે તમે સ્પષ્ટપણે આભાર માનો છો, ત્યારે અન્ય વ્યક્તિના મનમાં કોઈ શંકા નથી રહેતી કે તમે ખરેખર આભાર માનવા માંગો છો કે નહીં. ખુશ રહો અને આભાર માનો. જ્યારે તમે જાહેરમાં કોઈનો આભાર માનો છો, ત્યારે તે વધુ અસરકારક બને છે.

2. તમારી સામેની વ્યક્તિને જુઓ અને તેને સ્પર્શ કરો

અન્ય વ્યક્તિ સાથે આંખનો સંપર્ક કરવો એ તમારી પ્રામાણિકતા દર્શાવે છે. જો તમે તેની કોણીને હળવાશથી સ્પર્શ કરશો, તો તે તમારા આભારને વધુ અસરકારક અને વધુ યાદગાર બનાવશે.

3. અન્ય વ્યક્તિના નામનો ઉપયોગ કરો

નામ કહીને તમારો આભાર વ્યક્તિગત બનાવો. ફક્ત "આભાર" કહેવાને બદલે "આભાર, સુસાન" કહેવું વધુ અસરકારક છે.

4. 'આભાર'નો લેખિત પત્ર મોકલો

જ્યારે આવું કરવું શક્ય હોય, ત્યારે 'આભાર' માનવાનો આ શ્રેષ્ઠ માર્ગ છે. રૂબરૂ આપેલ 'આભાર' ત્યાર પછીના ક્રમે આવે છે અને પછી ટેલિફોન પર આપેલ 'આભાર' આવે છે. જ્યારે થેન્ક્યુનો ઇ-મેઈલ એ કંઈ ન બોલવા કરતાં વધુ સારું ગણાય છે.

જ્યારે તમે કોઈનો આભાર માનો છો, ત્યારે તે પૂર્ણ ઈમાનદારીથી માનો. તેને જણાવો કે તમારો આભાર સાચો છે. જો તમે સત્ય ન બોલો, તો તમારી બોડી લેંગ્વેજ સત્ય જાહેર કરશે. 'આભાર' શેર કરતા રહો. આભાર માનવાની તકો શોધતા રહો, પછી ભલે તે મુદ્દો ગમે તેટલો નાનો કે અસ્પષ્ટ કેમ ન હોય.

4

લોકોનાં નામ કેવી રીતે યાદ રાખશો?

દરેક વ્યક્તિ માટે તેનું નામ વિશ્વનો સૌથી મધુર અવાજ છે. તેના માટે તે તેના સમગ્ર સ્વભાવનું પ્રતીક છે. અભ્યાસ દર્શાવે છે કે જ્યારે કોઈ વ્યક્તિના નામથી વાક્ય શરૂ થાય છે, ત્યારે તે તેને પૂરા ધ્યાનથી સાંભળે છે.

જ્યારે આપણે પહેલીવાર મળીએ છીએ ત્યારે આપણામાંના મોટાભાગના લોકો નામ યાદ રાખવામાં અસમર્થ હોય છે. આવું એટલા માટે થાય છે, કારણ કે આપણે વિચારતા રહીએ છીએ કે આપણી સામેની વ્યક્તિ પર શું અસર થઈ રહી છે. આ ચિંતાને કારણે આપણે તેનું નામ પણ સાંભળી શકતા નથી. એવું નથી કે આપણે તેનું નામ ભૂલીએ છીએ - હકીકતમાં આપણે તેનું નામ સાંભળતા નથી.

મેમરી સુધારવા માટે અહીં ત્રણ શક્તિશાળી પગલાં છે :

પગલું 1 : નામનું પુનરાવર્તન કરો

જ્યારે તમે કોઈ નવી વ્યક્તિ સાથે પરિચય કરો છો, ત્યારે તમે તેને યોગ્ય રીતે સાંભળ્યા છે તેની ખાતરી કરવા માટે તેનું નામ બે વાર મોટેથી કહો. આ તમને નામ યાદ રાખવાની તક પણ આપે છે. જો તમારો પરિચય સુસાન સાથે થયો હોય, તો કહો, "સુસાન... તમને મળીને આનંદ થયો, સુસાન." જો નામ થોડું અઘરું હોય, તો પ્રશ્નમાં રહેલી વ્યક્તિને તેની જોડણી માટે પૂછો. આ તમને નામ યાદ રાખવા માટે વધુ સમય આપે છે.

પગલું 2 : નામ બદલો

નામ યાદ રાખવું મુશ્કેલ છે, કારણ કે તે એવી કોઈ નક્કર વસ્તુ નથી, જેનું ચિત્ર મનમાં રચી શકાય. કોઈ વ્યક્તિનું નામ યાદ રાખવા માટે, તમારા મગજમાં તે વ્યક્તિના નામ સાથે મેળ ખાતું ચિત્ર બનાવો. ઉદાહરણ તરીકે, 'બાર્બરા' નામ 'કાંટાળા તાર' જેવું લાગે છે, 'જેક' કારના જેક જેવું લાગે છે અને 'કેથી' માટે 'બિલાડી'ની કલ્પના કરો.

પગલું 3 : એક હાસ્યાસ્પદ દૃશ્યની કલ્પના કરો

પછી કલ્પના કરો કે ઑબ્જેક્ટ હાસ્યાસ્પદ રીતે તે વ્યક્તિના અમુક ચોક્કસ અથવા અસામાન્ય ભાગ સાથે જોડાયેલ છે. ઉદાહરણ તરીકે, જો બાર્બરાનું નાક સામાન્ય કરતાં લાંબું હોય, તો કલ્પના કરો કે તેના નાક સાથે કાંટાળો તાર બાંધવામાં આવ્યો છે અને તમે તેને પકડીને બાર્બરાને તમારી પાછળ લઈ જઈ રહ્યા છો. જો જેકની દાઢી થોડી ભરાવદાર હોય, તો જેક લગાવીને તેને ઉપર ઉઠાવવાની કલ્પના કરો. જો કેથીના કાનમાં બુટ્ટી પહેરવા માટેના ત્રણ છિદ્રો હોય, તો કલ્પના કરો કે બિલાડી તેના પંજાથી તેના કાનમાંથી લટકતી હોય. રહસ્ય એ છે કે વધુ હાસ્યાસ્પદ દૃશ્યથી તે યાદ રાખવું સરળ થશે.

આગળ પુરુષો અને સ્ત્રીઓ માટે 50 સૌથી સામાન્ય નામોની સૂચિ છે. આ સૂચિમાં અમે ઉલ્લેખ કર્યો છે કે આ નામોને તરત જ યાદ રાખવા માટે કયા નક્કર ચિત્રોનો ઉપયોગ કરી શકાય છે. આ ફોટાનો ઉપયોગ કરવાનું શરૂ કરો. જ્યારે તમે આ કરશો, ત્યારે દરેક તમને પ્રતિભાશાળી માનવા લાગશે. ક્યારેય કોઈને કહો નહીં કે તમે નામો યાદ રાખવામાં આટલા સારા કેવી રીતે બન્યા, કારણ કે આવું કરવાથી તમે તમારા મિત્રોને ગુમાવી શકો છો - ખાસ કરીને જ્યારે તમે બ્રુસ (હંસ) અને જેનિફર (ચીન ઑફ ફર) ને મળો ત્યારે.

પુરુષોના નામ યાદ રાખવાની ચાવી

ADAM	A dam, Adam's Apple
ADRIAN	A dream, A drain
ALAN	Ale, a lens
ALBERT	A belt
ALEX	Axe, legs
ANDRÉ	Entree
ANDREW	Ant drew
ANTHONY	Ant eating honey, anthem
ARNOLD	Arm hold
ARTHUR	Author
BARRY	Berry, bury
BEN	Bench, bend
BERT	Bird
BILL	$20 bill, duck bill
BOB	Blob, English bobby
BRIAN	Brain, iron
BRUCE	Bruise, goose
CAMERON	Camera
CARL	Car, curl
CHARLES	Prince Charles, charred
CHRIS	Xmas, Christ, cross
CLIFF	A cliff, cuff
COLIN	Collar, cold
DAMIAN	Dalmatian
DAN	Dance, den
DARRYL	Drill
DAVID	Davit, Star of David
DENNIS	the Menace, dentist
DICK	Deck
DON	Donald Duck, donkey
DOUG	Dig, dog
DUNCAN	Dunk, dunnycan, dungeon
EDWARD	Head of wood
EVAN	A van
FRANK	Frankenstein, frankfurter
FRED	Fred Flintstone, frayed
GARY	Carry, glory
GEORGE	Gorge
GERRY	Geriatric, jerry
GRAHAM	Grey, grey ham
GRANT	Granite
GREG	Keg, egg, grog
HARRY	Hairy
HENRY	Henry the 8th, hen
JACK	Car jack
JAMES	Jams
JEFF	Deaf, chef
JIM	Gym
JOE	Joke, joey
JOHN	Toilet
KEITH	Teeth, keys
KEN	Ken doll, can
KEVIN	Heaven, cave in
LARRY	Lairy, lariat
LOUIS	Louvres, lures
LUCAS	Low kiss
LUKE	Luke warm
MALCOLM	Welcome, milk
MARK	Marker, marking pen
MATTHEW	Mat threw
MIKE	Microphone
NEIL	Kneel, nail
NEVILLE	Never, Devil
NICK	A nick (cut), neck
PATRICK, PAT	Hat trick, pat
PAUL	Pole, pail
PETER	Egg beater, heater, peat
PHILLIP	Phillips screwdriver, flip
RALPH	A barking dog, raf
REG	Red, reach
RICHARD	Rich Heart
RICK	Rickshaw
ROBERT	Robber
ROBIN	Robin Hood
ROD	Rod, fishing rod
ROGER	Rager
RONALD, RON	Ronald MacDonald, run
ROY	Royal, toy
SAM	Sandwich
SIDNEY	Opera House, sit knee
SIMON	Sigh, Simple Simon
STAN	Stand
STEVE	Sleeve, steep
TED	Dead, bed, Teddy bear
TIM	Dim (stupid), tin
TOM	Tom cat, tom-tom drum
TONY	Toe knee
WARREN	Rabbit warren, warn
WAYNE	Whine, weighing
ZACK	Sack

સ્ત્રીઓના નામ યાદ રાખવાની ચાવી

ABIGAIL	A big ale
ADRIENNE	A drain
ALICE	Lice, Alice in Wonderland
AMANDA	Almond, A man
ANGELA	Angel
ANITA	Ant eater
ANN	Ant, add
ANNABEL	A new bell
ANNETTE	A net
AUDREY	A tree
BARBARA	Barbed wire, barber
BEATRICE	Beat rice
BELINDA	Blind
BEVERLEY	Beverage
BRENDA	Blender
CARMEL	Caramel
CAROL	Carol, Xmas carol
CHARLOTTE	The harlot
CHERYL	Cherry, chair
CHRISTINE	Christen, Xmas
CLAIRE	Eclair
CLAUDIA	Clawed, claws
COLLEEN	Collar, clean
CRYSTAL	Crystal
DAPHNE	Deaf knee
DAWN	Dawn
DEBBIE	Debutante, deputy
DEBRA	The Bra
DENISE	Dentist, the knees
DIANE	Dye, Lady Diane
ELIZABETH	Queen Elizabeth, lizard
EMMA	Armour, hammer
EVELYN	A violin
FIONA	Phoner, foamer
FLORENCE	Floor
GAIL	Gale
HEATHER	Heaven, feather
HELEN	Hell, helmet
JACKY	Car jack, jockey
JAN	Jam
JANE	Chain
JEAN	Jeans
JENNIFER	Chin of fur
JESSICA	Chase a car
JOAN	Joan Collins, joke
JUDY	Judo
KAREN	Carrot
KATE	Cake
KATHY	Catty, cat
KAY	Key
KIM	Kimono, Hymn
LAURA	Lord, lawn
LAVERNE	Love urn
LINDA	link, lint, lend
LISA	Leash, lizard
LOU	A loo, loop
LOUISE	Leaves
LUCILLE	Loose ear
LUCY	Loose
LYNDEL	Lentil
MARJORIE	Margarine
MARTINA	Martini
MARY	Merry, marry
MAUREEN	Moron
MAXINE	Maximum, Mad Max
MELISSA	Blister, miss her
MONICA	Harmonica
NICOLE	Nick, nickel
OLIVIA	A lover
PAM	Pan
PAT/RICIA	Pat, pat of butter
PENNY	Pen, penny
RACHEL	Rachet, rake
REBECCA	Beckon
ROBYN	Robin Hood
ROSEMARY	Rose, a merry rose
ROXANNE	Rocks
SALLY	Salad
SANDRA	Sand
SARAH	Sara Lee
SERENA	Serene, screamer
SHIRLEY	Shirley Temple
SONJA	Song, sonar
SOPHIE	Soapy, sofa
SUSAN	Soup, lazy susan
THERESA	Trees, Mother Theresa
VERONICA	Fur on her
VIRGINIA	Virgin
WENDY	Windy
YVETTE	A vet

સૌથી સામાન્ય નામો યાદ રાખવાની ચાવી

ADAMS	A dam
ALLEN	Allen key, a lens
ARMSTRONG	Strong arm
BAKER	Baker, bakery
BARNES	Barn
BARRETT	Barrow, barrel
BENNETT	Bonnett, bent it
BLACK	Plaque
BRADY	Brandy, Brady bunch
BREWSTER	Rooster, brewery
BROWN	Brown, brownie
BURKE	Burp
BURNS	Burns, burner, sideburns
CAMPBELL	Camp bell, camp
CHANG	Chain, hang, shank
CLARK	Clerk, cloak, cluck
COLLINS	Joan Collins, collar
COOK	Cook, Captain Cook
COOPER	Copper, chicken coop
DAVIS	Davis cup, davits
DICKSON	Duck's son, son of dick
DOUGLAS	Dug, dog with glasses
EDWARDS	Head wood, head warts
EGAN	Eagle
EVANS	Heavens
FOSTER	Frosty, Fosters Beer
GALLAGAH	Galloper, galah
GRANT	Granite
GREEN	Golf green, greenhouse
GRIFFITHS	Grippers
HAMILTON	Ton of ham
HARRIS	Hairless
HENDERSON	Hen doors
HILL	Hill
HUGHES	Huge, hues
HUNT	Hunk, hump
JACKSON	Michael, car jack
JAMES	Jams
JOHNSON	Toilet (the John)
JONES	Jokes, cones
KELLY	Gallery, Ned Kelly
KENNEDY	Can of Tea
KING	King
KRAMER	Creamer
LAU	Loud
LAWSON	Law, lawman
LEE	Lei, lay
LEWIS	Louvres
LIM	Limp, limb
LYNCH	Lynching
McDONALD	Ronald McDonald
MARSHALL	Marshall, sheriff
MARTIN	Martini
MILLER	Miller, mill
MOORE	Mower
MURPHY	Mercy, murky
MURRAY	Marry, merry
NEWMAN	New man (price a head)
NORRIS	Nurse
O'BRIEN	A brain
PAGE	Bool or magazine page
PARKER	Parking meter
PEARCE	Pierce
POWERS	Power fist, power tool
PRESTON	Press, a ton-pressing
RICHARDS	Rich heart
ROBERTS	Robber, Robin Hood
ROGERS	Rods, Roy Rogers
RUSSELL	Wrestle
SCOTT	Scotsman
SIMPSON	Shrimp, Samson
SINGH	Sing, sink
SMITH	Blacksmith
STEELE	Steel bar, thief
STEWART	Stew, Steward
TAN	Suntan, tin
TAYLOR	Tailor, tail
THOMAS	Tom cat, Thomas train
TURNER	Tina, fitter and turner
WAGNER	Wagon, wagging tail
WALKER	A walker, the Phantom
WANG	Wham
WASHINGTON	Washing machine
WATSON	Wet suit
WEST	Wild west, vest
WHITE	Wide
WILLIAMS	A will with arms
WILSON	Whistle
WOODS	Woods, warts
ZAMMIT	Summit

સારાંશ

ટેક્નિક 1. સાચી પ્રશંસા કેવી રીતે કરવી

* અન્ય વ્યક્તિના વર્તન, દેખાવ અથવા વસ્તુઓની પ્રશંસા કરો.
* તેમને કહો કે તમને શું ગમે છે અને શા માટે.
* વ્યક્તિના નામથી તમારી પ્રશંસાની શરૂઆત કરો.
* જો કોઈ તમારી પ્રશંસા કરે છે, તો તેને સ્વીકારો, તેમનો આભાર માનો અને સમજાવો કે શા માટે તમે પ્રશંસા માટે તેમના આભારી છો.

ટેક્નિક 2. અસરકારક રીતે કેવી રીતે સાંભળવું

* 'સક્રિય શ્રવણ'નો ઉપયોગ કરો. બીજી વ્યક્તિએ જે કહ્યું તે તમારા પોતાના શબ્દોમાં પુનરાવર્તિત કરો અને તમારા વાક્યની શરૂઆત 'તમે' શબ્દથી કરો.
* વક્તાને અટકાવશો નહીં.
* મુદ્દાથી વિચલિત થશો નહીં.
* તેને તેનું વાક્ય પૂરું કરવા દો.
* ન્યૂનતમ પ્રોત્સાહક શબ્દોનો ઉપયોગ કરો.

ટેક્નિક 3. 'આભાર' કેવી રીતે માનવો

* સ્પષ્ટ રીતે આભાર માનો.
* આંખનો સંપર્ક સાધો અને તમે જેનો આભાર માનો છો તેને સ્પર્શ કરો.
* અન્ય વ્યક્તિનું નામ લો.
* આભારનો લેખિત પત્ર મોકલો.

ટેક્નિક 4. લોકોના નામ કેવી રીતે યાદ રાખવા

* નામનું પુનરાવર્તન કરો.
* નામ બદલીને યાદ રાખો.
* કલ્પના કરો કે તે વસ્તુનું એક રમૂજી ચિત્ર તેમના સૌથી વિશિષ્ટ અથવા અસામાન્ય ભાગ સાથે જોડાયેલ છે.

વિભાગ બ

શ્રેષ્ઠ વક્તા કઈ રીતે બનશો?

5

લોકો સાથે કેવી રીતે વાત કરશો?
(અને અતિ રસપ્રદ કેવી રીતે બનશો?)

જે લોકો રસપ્રદ માનવામાં આવે છે તેઓ અન્ય વ્યક્તિના મનપસંદ વિષય, એટલે કે તેમના પોતાના વિશે વાત કરે છે. આ કરવાની ત્રણ રીતો છે :

1. અન્ય લોકોમાં રસ લો અને તેમને સ્વયં વિશે અને તેમની રુચિઓ વિશે વાત કરવા માટે પ્રોત્સાહિત કરો.

આફ્રિકામાં એઇડ્સ પીડિતોની સંખ્યા કરતાં એક માણસને તેના નાક પરના પિમ્પલ્સમાં વધુ રસ છે. જો તમે તમારામાં જ બીજાની રુચિ જગાડવાનો પ્રયત્ન કરતા રહેશો, તો દસ વર્ષ પછી પણ તમે એટલા મિત્રો બનાવી શકશો નહીં જેટલા ચાર અઠવાડિયામાં જ બીજામાં રસ લઈને બનાવી લેશો.

2. તમારા શબ્દભંડોળમાંથી 'હું' અને 'મારું' શબ્દો દૂર કરો અને તેમને 'તમે' અને 'તમારું' સાથે બદલો.

આ ન કહો :

'હું જાણું છું કે આ યોજના ખૂબ જ સફળ છે, કારણ કે મારા ગ્રાહકોએ મને કહ્યું છે કે, મારી સલાહથી તેઓ જે ઇચ્છે છે તે પ્રાપ્ત કરવામાં મેં મદદ કરી છે.'

તેના બદલે આ કહો :

'આ પગલું ભર્યા પછી તમે જે પરિણામો મેળવશો તેનાથી તમે રોમાંચિત થશો, કારણ કે તેનાથી તમને અને તમારા પરિવારને તમે કલ્પના પણ નહીં કરી હોય તેટલો ફાયદો થશે.'

3. ફક્ત પ્રશ્નો પૂછો જેથી તેઓ પોતાના માટે બોલી શકે

"તમારી રજાઓ કેવી રહી?"

"તમે આ વિસ્તારમાં રહેવા કેવી રીતે આવ્યા?"

"તમારા પુત્રને તેની નવી શાળામાં કેવું લાગે છે?"

"તમને શું લાગે છે? આગામી ચૂંટણી કોણ જીતશે?"

"તમે શું વિચારો છો (વિષય ગમે તે હોય)?"

નિષ્કર્ષ: લોકોને તમારામાં કે મારામાં રસ નથી, તેઓને ફક્ત પોતાનામાં જ રસ છે. જો તમે આનાથી પરેશાન થાઓ છો, તો પરેશાન થવાનું બંધ કરો. આને જીવનની હકીકત તરીકે સ્વીકારો.

6

મહાન પ્રશ્નો કેવી રીતે પૂછશો?

મોટાભાગની ચર્ચાઓ યોગ્ય રીતે શરૂ થતી નથી અથવા ચાલુ રહેતી નથી. તેનું કારણ એ નથી કે ખોટા વિષયો ઉઠાવવામાં આવે છે, પરંતુ એ છે કે ખોટા પ્રકારના પ્રશ્નો પૂછવામાં આવે છે.

તમે બે પ્રકારના પ્રશ્નો પૂછી શકો છો :

1. સમાપ્ત અંતવાળા પ્રશ્નો

બંધ-સમાપ્ત પ્રશ્નોના જવાબ માત્ર એક કે બે શબ્દો છે અને તે પછી વાતચીત સમાપ્ત થાય છે.

દાખલા તરીકે,

પ્રશ્ન : "તમે એકાઉન્ટન્ટ તરીકે ક્યારે કામ કરવાનું શરૂ કર્યું?"

જવાબ : "આઠ વર્ષ પહેલાં."

પ્રશ્ન : "તમને મૂવી ગમી?"

જવાબ : "હા."

પ્રશ્ન : "તમને શું લાગે છે, આ ચૂંટણી કોણ જીતશે?"

જવાબ : "લિબરલ પાર્ટી."

બંધ-સમાપ્ત પ્રશ્નો વાતચીતને પ્રશ્ન-જવાબ અથવા તપાસ જેવું સ્વરૂપ આપે છે.

2. ખુલ્લા અંતવાળા પ્રશ્નો

ઓપન-એન્ડેડ પ્રશ્નો સ્પષ્ટતા, અભિપ્રાય અને વિગતવાર વર્ણન માંગે છે. પરિણામે તમે લોકો સાથે વધુ સારો તાલમેલ વિકસાવો છો, કારણ કે તેઓ લોકોને બતાવે છે કે તમે તેમનામાં રસ લો છો અને તેઓ શું કહેવા માગે છે તે સાંભળવા માંગો છો. જે લોકો ખુલ્લા અંત વાળા પ્રશ્નો પૂછે છે તેઓને રસપ્રદ, પ્રામાણિક, પ્રગતિશીલ અને કાળજી લેનારા માનવામાં આવે છે.

તમે આ ચાર સૌથી શક્તિશાળી ઓપન-એન્ડેડ પ્રશ્નો પૂછીને પ્રારંભ કરી શકો છો:

ક્યાં...?
મને તે વિશે જણાવો...
કેવી રીતે...?
કેમ...?

આ ખુલ્લા અંતવાળા પ્રશ્નો આ રીતે પૂછી શકાય છે:

પ્રશ્ન: "તમે એકાઉન્ટન્ટ તરીકે કામ કેવી રીતે શરૂ કર્યું?"

જવાબ: "જ્યારે હું શાળામાં હતો, ત્યારે મને ઊંડો રસ હતો કે કેવી રીતે આંકડા પરિણામોને અસર કરી શકે છે, વગેરે વગેરે."

પ્રશ્ન: "તમે સૌથી વધુ માણેલ ફિલ્મના ભાગ વિશે મને કહો."

જવાબ: "મને તે દૃશ્ય ગમ્યું જ્યાં ડ્રેક્યુલા દરવાજામાંથી આવી અને કહ્યું... વગેરે વગેરે."

પ્રશ્ન: "તમારા મતે, લેબર પાર્ટીના ઉમેદવારની આ ચૂંટણીમાં શું અસર થઈ છે?"

જવાબ: "મેં ક્યારેય કન્ઝર્વેટિવ્સને મત આપ્યો નથી, પરંતુ મને લાગે છે કે છેલ્લી રાતની ચર્ચા નિર્ણાયક હશે, કારણ કે... વગેરે વગેરે."

ફક્ત ખુલ્લા અંત વાળા પ્રશ્નો પૂછવાની પ્રેક્ટિસ કરો. જો તમારે ક્લોઝ-એન્ડેડ પ્રશ્ન પૂછવો જ હોય, તો તેના તરત પછી ઓપન-એન્ડેડ પ્રશ્ન પૂછો.

દાખલા તરીકે :

પ્રશ્ન: "તમે ચેસ્ટરવિલેમાં કેટલા સમયથી રહો છો?" (બંધ)

જવાબ: "લગભગ 10 વર્ષથી."

પ્રશ્ન: "તમને શું લાગે છે કે આ સમય દરમિયાન ચેસ્ટરવિલે આટલું બધું બદલાઈ ગયું છે?" (ખુલ્લા)

જવાબ: "જુઓ, જ્યારે અમે પહેલીવાર અહીં રહેવા આવ્યા હતા, ત્યારે અહીં બહુ વિકાસ થયો ન હતો, પરંતુ પાંચ વર્ષ પહેલાં ડેવલપર્સ અહીં આવ્યા હતા અને... વગેરે."

7

વાતચીત કેવી રીતે શરૂ કરશો?

મોટાભાગના લોકો તમને મળ્યાની પ્રથમ ચાર મિનિટમાં તમારા વિશે તેમનો 90 ટકા અભિપ્રાય રચી લે છે, તેથી તે મહત્ત્વપૂર્ણ છે કે તમારી પાસે દરેક પરિસ્થિતિમાં વાતચીત શરૂ કરવાની અસરકારક રીતો હોવી જોઈએ. વાતચીત શરૂ કરવા માટે તમારી પાસે ફક્ત ત્રણ પ્રારંભિક બિંદુઓ છે જેમાંથી પસંદ કરવા માટે :

- પરિસ્થિતિ
- સામેની વ્યક્તિ
- તમે

અને શરૂ કરવાની માત્ર ત્રણ રીતો છે :

- પ્રશ્નો પૂછવા
- અભિપ્રાય વ્યક્ત કરવો
- હકીકતો જણાવવી

1. પરિસ્થિતિ વિશે વાત કરવી

તમે બંને જે પરિસ્થિતિમાં છો તેના વિશે વાત કરવી એ સામાન્ય રીતે વાતચીત શરૂ કરવાનો સૌથી સહેલો રસ્તો છે. ફક્ત આસપાસ જુઓ અને તમે જે જુઓ છો તેના વિશે ખુલ્લા અંત વાળા પ્રશ્ન પૂછો. આ કામ ગમે ત્યાં કરી શકાય છે. દાખલા તરીકે -

બજારમાં : "મેં જોયું કે તમે મશરૂમ્સ ખરીદતા હતા. મને તે કેવી રીતે રાંધવું તે ખબર નથી. તમે તેને કેવી રીતે રાંધો છો?"

આર્ટ ગેલેરીમાં : "તમે શું વિચારો છો? ચિત્રકાર શું કહેવાનો પ્રયાસ કરી રહ્યા છે?"

મીટિંગમાં : "તમે આ મીટિંગમાં કેવી રીતે પ્રવેશ્યા?"

રેસ્ટોરન્ટમાં લાઇનમાં : "તમને શું લાગે છે? આ આટલું લોકપ્રિય કેમ છે?"

સુપરમાર્કેટમાં : "તમને શું લાગે છે? આ ડિટર્જન્ટનો ઉપયોગ કરવાની શ્રેષ્ઠ રીત શું છે?"

બિઝનેસ પ્રેઝન્ટેશનની શરૂઆતમાં : "તમે આ વ્યવસાય કેવી રીતે શરૂ કર્યો?"

2. સામેની વ્યક્તિ વિશે વાત કરવી

લોકો પોતાના વિશે વાત કરવાનું પસંદ કરે છે અને તમે તેમના વિશે પૂછો છો તે પ્રશ્નોના જવાબ આપવામાં તેઓ ખુશ હોય છે.

પાર્ટીમાં : "તમારા જેકેટ પર સરસ મોનો છે. તેનો અર્થ શું છે?"

ગોલ્ફ કોર્સ પર : "તમારી સ્વિંગ સરસ છે. તમે તેને આટલી સરસ કેવી રીતે બનાવી?"

મીટિંગમાં : "મેં જોયું કે તમે પાર્કના વિકાસ માટે મત આપ્યો છે. તમને શું લાગે છે? પાર્કને કેવી રીતે સુધારી શકાય?"

બીચ પર : "હું જોઉં છું કે તમે લાઇફ સેવિંગ ક્લબના સભ્ય છો. સભ્ય બનવા માટે શું લે છે?"

3. તમારા વિશે વાત કરવી

આના નિયમો ખૂબ જ સરળ છે. જ્યાં સુધી કોઈ તમને તમારા વિશે, તમારા કુટુંબ, તમારી વસ્તુઓ અથવા તમારા વ્યવસાય વિશે પ્રશ્નો ન પૂછે ત્યાં સુધી સમજી લો કે તેને આ બાબતોમાં રસ નથી. વાતચીત શરૂ કરતી વખતે, જ્યાં સુધી કોઈ તેના વિશે પૂછે નહીં ત્યાં સુધી તમારા વિશે કોઈ માહિતી આપશો નહીં.

8

વાતચીત કેવી રીતે ચાલુ રાખશો? પુલનો ઉપયોગ કરો

ખુલ્લા અંતવાળા પ્રશ્નોના પણ ટૂંકા જવાબો આપતા લોકો સાથે વાત કરવાનું ચાલુ રાખવા માટે 'પુલ'નો ઉપયોગ કરવો શ્રેષ્ઠ છે. પુલ એ ખુલ્લા અંતવાળા પ્રશ્નોનાં ટૂંકાં સ્વરૂપો છે. આનો ઉપયોગ એવા લોકો સાથે થાય છે જેઓ ખુલ્લા અંતવાળા પ્રશ્નોના ટૂંકા જવાબો આપે છે.

પુલનાં કેટલાંક ઉદાહરણો છે :
એટલે કે...?
દાખલા તરીકે...?
પછી...?
તો...?
પછી તમે...?
આનો મતલબ...?

પુલનો ઉપયોગ કર્યા પછી તમારે સંપૂર્ણપણે શાંત રહેવું જોઈએ.

જ્હોન : "તમે આ વિસ્તારમાં રહેવા શા માટે આવ્યા?"
માર્ટિન : "મને અહીંનું વાતાવરણ ગમે છે."
જ્હોન : "એટલે? ..."
માર્ટિન : "...એટલે કે, તે શહેરની પ્રદૂષિત હવા કરતાં વધુ સારું છે."

જ્હોન : "મતલબ...?"

માર્ટિન : "મતલબ કે અહીં મારી અને મારા પરિવારની તબિયત સારી છે. સત્ય એ છે કે મેં થોડા દિવસો પહેલા એક અહેવાલ વાંચ્યો હતો, જેમાં લખ્યું હતું કે લોકોની તબિયત દિવસેને દિવસે બગડી રહી છે અને... વગેરે."

આ ઉદાહરણમાં જ્હોને બે પુલનો ઉપયોગ કર્યો. તેણે બોલને પ્રતિસ્પર્ધીના કોર્ટમાં રાખ્યો અને એવું પણ લાગવા દીધું નહીં કે તે કોઈ પ્રશ્ન પૂછી રહ્યો છે. અને મોટાભાગની વાતચીત તેના દ્વારા નહીં, પરંતુ તેની સામેની વ્યક્તિ દ્વારા કરવામાં આવી રહી હતી.

પુલનો સફળતાપૂર્વક ઉપયોગ કરવા માટે, તમારે બે શારીરિક મુદ્રાઓનો ઉપયોગ કરવાની જરૂર છે :

1. જ્યારે તમે પુલનો ઉપયોગ કરો છો, ત્યારે તમારી હથેળી ખુલ્લી રાખીને આગળ ઝુકો.
2. પુલનો ઉપયોગ કર્યા પછી, વાત કરવાનું બંધ કરો અને પાછળ ઝુકો.

ખુલ્લી હથેળી સાથે આગળ ઝૂકવું એ બતાવે છે કે તમે આક્રમક નથી અને સાંભળનારને જણાવે છે કે તમે તેમને 'કંટ્રોલ' સોંપ્યો છે અને હવે બોલવાનો વારો તેમનો છે.

પુલનો ઉપયોગ કર્યા પછી શાંત રહો! પુલનો ઉપયોગ કર્યા પછી કેટલીકવાર લાંબું મૌન હોઈ શકે છે. ફક્ત તેને તોડવા માટે તમારા શાણપણના મોતી ફેલાવવાની ઇચ્છા પર કાબૂ રાખો. ખુલ્લી હથેળીને કારણે આગળ બોલવાની જવાબદારી સાંભળનાર પર આવે છે, તેથી તેને આગળનું વાક્ય બોલવા દો. તેને નિમંત્રણ આપ્યા પછી, પાછળ ઝૂકો અથવા ઉપર નમો, તમારો હાથ તમારી દાઢી પર મૂકો અને તમારું માથું હલાવો. આ સાંભળનારને બોલવાનું ચાલુ રાખવા પ્રોત્સાહિત કરે છે.

પુલનો ઉપયોગ આનંદદાયક છે. તેમની સાથે ચર્ચાઓ વધુ સફળ થાય છે અને તમે શાંત નિયંત્રણની શક્તિ મેળવો છો. જ્યારે પુલનો ઉપયોગ ઓછામાં ઓછા પ્રોત્સાહક શબ્દો સાથે કરવામાં આવે છે, ત્યારે તે વાતચીત ચાલુ રાખવાનું સૌથી સફળ માધ્યમ બની જાય છે.

9

તમારી વાતોમાં લોકોનો રસ કેવી રીતે જગાવશો?

કોણ સૌથી વધુ મિત્રો બનાવે છે અને મળનારા દરેકનો પ્રેમ હંમેશા જીતે છે? જવાબ છે - કૂતરો. તે તમને જોતાંની સાથે જ ઉત્તેજનાથી તેની પૂંછડી હલાવવાનું શરૂ કરે છે, તમને દરેક રીતે આદર્શ માને છે અને ફક્ત ને ફક્ત તમારામાં જ રસ લે છે. તે તમારા વિશે ક્યારેય નકારાત્મક કંઈ કહેતો નથી, તે તમને એક મહાન ગાયક માને છે, અને જ્યારે તમે રાત્રે ઘરે પાછા ફરો છો ત્યારે તમને જોઈને રોમાંચિત થાય છે.

તે બિનશરતી પ્રેમ આપે છે, તેના કોઈ છૂપા હેતુઓ નથી હોતા, તે પગાર માટે પૂછતો નથી અને તે તમને જીવન વીમા પૉલિસી પણ વેચવા માંગતો નથી.

લોકો સાથે ફક્ત તેમની રુચિ હોય તેવી વસ્તુઓ વિશે જ વાત કરો. તમને રુચિ હોય તેવી વસ્તુઓ વિશે વાત કરશો નહીં. મોટા ભાગના લોકો માત્ર પોતાને શું જોઈએ છે અને પોતાને શેમાં રસ છે તેની જ ચિંતા કરે છે. તમને શું જોઈએ છે તેની તેઓને પરવા હોતી નથી.

જુઓ, જો તમે માછીમારી કરવા જાઓ છો, તો તમારા કાંટામાં એવી વસ્તુઓ ભરાવવાનો કોઈ અર્થ નથી જે તમને ભાવતી હોય. જેમ કે સ્ટીક, હેમબર્ગર અથવા ચોકલેટ આઇસ્ક્રીમ. તેમાં એવી વસ્તુ ફસાવો જે માછલીને ભાવતી હોય, જેનાથી એ ફસાય જેમ કે, કૃમિ અથવા દુર્ગંધયુક્ત ઝીંગા. અન્યને પ્રભાવિત કરવાનો એકમાત્ર રસ્તો એ છે કે તેઓ જે ઇચ્છે છે ફક્ત તેના વિશે જ વાત કરો.

મોટાભાગના લોકો અન્ય લોકો સાથે ક્રિયાપ્રતિક્રિયા કરતી વખતે અસરકારક અથવા સંલગ્ન થવામાં અસમર્થ હોય છે, કારણ કે તેઓ ફક્ત પોતાની જરૂરિયાતો વિશે જ વાત કરે છે.

તમે અન્ય લોકોનું ધ્યાન ખેંચી શકો છો જ્યારે તમે તેઓ શું ઇચ્છે છે તે વિશે વાત કરો અને પછી તેમને કહો કે તેઓ જે ઇચ્છે છે તેને તેઓ કેવી રીતે મેળવી શકે છે.

10

લોકોને તમારા માટે તાત્કાલિક હકારાત્મક કેવી રીતે બનાવશો?

તમારા ચહેરા પર જે ભાવ હોય, બીજી વ્યક્તિ એ જ ભાવ પાછો આપશે. સંશોધનોએ દર્શાવ્યું છે કે હસતા ચહેરાઓને હકારાત્મક પ્રતિસાદ આપવો એ આપણા મગજમાં ઊંડે સુધી છપાયેલું છે. હાસ્ય એક સંદેશ મોકલે છે, 'હું તમને જોઈને ખુશ છું અને હું તમને સ્વીકારું છું.' તેથી જ દરેક વ્યક્તિ હંમેશા બાળકોની જેમ હસનારાઓને પ્રેમ કરે છે.

યુનિવર્સિટી કૉલેજ, લંડનના પ્રોફેસર રૂથ કેમ્પબેલે મગજમાં 'મિરર ન્યુરોન' શોધી કાઢ્યું છે. આ 'મિરર ન્યૂરોન' એ ભાગને સક્રિય કરે છે, જે ચહેરા અને હાવભાવને ઓળખે છે અને પ્રતિભાવમાં તાત્કાલિક પ્રતિબિંબિત છબી બનાવે છે. બીજા શબ્દોમાં કહીએ તો, આપણને ખ્યાલ હોય કે ન હોય, આપણે જે લાગણીઓ જોઈએ છીએ તે આપણા ચહેરા પર દેખાય છે.

પ્રાઇમેટ્સની(નરવાનરોની) જેમ, માણસોની પણ સ્મિત પ્રત્યે સમાન પ્રતિક્રિયા હોય છે. આનાથી અન્ય વ્યક્તિને ખબર પડે છે કે તમારાથી તેને કોઈ જોખમ નથી, તેથી તે તમને વ્યક્તિગત રીતે સ્વીકારે છે. આ પ્રતિક્રિયા મગજમાં પણ ઊંડે સુધી છપાયેલી હોય છે.

તેથી જ તમારી બોડી લેંગ્વેજમાં નિયમિતપણે સ્મિતનો સમાવેશ કરવો ખૂબ જ મહત્ત્વપૂર્ણ છે, પછી ભલે તમને હસવાનું મન ન થતું હોય તો પણ. તમારું સ્મિત નક્કી કરે છે કે અન્ય વ્યક્તિનું વલણ અને પ્રતિક્રિયા તમારા પ્રત્યે કેવા હશે.

બીજી બાજુ, વાત કરતી વખતે ભવાં ચડાવવા એ નકારાત્મક હાવભાવ છે, કારણ કે તેનાથી બીજી વ્યક્તિને લાગે છે કે તમે કાં તો તેને પસંદ નથી કરતા અથવા તેની ટીકા કરી રહ્યા છો. જો તમને ભવાં ચડાવવાની આદત હોય, તો જ્યારે તમે વાત કરો ત્યારે તમારા કપાળ પર હાથ રાખવાનો પ્રયાસ કરો, જેથી તમે તમારી જાતને આ વિનાશક આદતને તોડવા માટે તાલીમ આપી શકો.

સારાંશ

જ્યારે તમે કોઈની તરફ સ્મિત કરો છો, ત્યારે તે હંમેશાં બદલામાં સ્મિત કરશે. કારણ અને અસરના કાયદાને લીધે, આ તમારા બંનેમાં હકારાત્મક લાગણીઓ પેદા કરશે. અભ્યાસો દર્શાવે છે કે જ્યારે તમે નિયમિતપણે હસવાની અને વારંવાર હસવાની ટેવ પાડો છો, ત્યારે તમારી ચર્ચાઓ વધુ લાંબા સમય સુધી ચાલશે, વધુ હકારાત્મક પરિણામો લાવશે અને સંબંધો નાટકીય રીતે સુધરશે. જ્યાં સુધી હસવું એ તમારી આદત ન બની જાય ત્યાં સુધી આ દિશામાં પ્રેક્ટિસ કરતા રહો.

સંશોધનોએ એ પણ દર્શાવ્યું છે કે હસવું અને હાસ્ય તમારી રોગપ્રતિકારક શક્તિને મજબૂત બનાવે છે, રોગ સામે રક્ષણ આપે છે, શરીરને સ્વસ્થ રાખે છે, લોકો તમારા વિશે હકારાત્મકતા અનુભવે છે, વધુ મિત્રો આકર્ષાય છે અને તમારા આયુષ્યમાં વધારો થાય છે.

હાસ્યથી સારવાર પણ થાય છે.

હસતા રહો.

11

લોકો સાથે સહાનુભૂતિ કેવી રીતે કેળવશો?

મોટાભાગના લોકો ઇચ્છે છે કે અન્ય લોકો તેમની સાથે સહાનુભૂતિ રાખે અને તેમને સમજે. અનુભૂતિ કરવી, અનુભૂતિ પ્રાપ્ત કરવી - આ તકનીક આ માટે ખૂબ જ આદર્શ છે. આ ટેક્નિકથી લોકો તમારા પ્રત્યે સકારાત્મક બની જાય છે. ફરિયાદ સાથે અસંમત થવાને બદલે તમે કહો :

> "હું સમજું છું કે તમે કેવું અનુભવો છો. હું એવી વ્યક્તિને ઓળખું છું જે તમારા જેવી જ પરિસ્થિતિમાં હતો અને તેણે પણ એવું જ અનુભવ્યું હતું. તેને જાણવા મળ્યું કે તેને આમ... (તમારું સોલ્યુશન આપો) કરવાથી સકારાત્મક પરિણામો મળ્યાં છે."

જો કોઈ કહે :

> 'હું તમારી કંપની સાથે બિઝનેસ કરવા નથી માંગતો, કારણ કે મેં સાંભળ્યું છે કે તમારી સર્વિસ ખૂબ ખરાબ છે',

તેથી તમારી પ્રતિક્રિયા આ હશે :

> 'હું સમજું છું કે તમે શું અનુભવો છો. અમારા જૂના અને મહત્ત્વપૂર્ણ ગ્રાહકોમાંના એકને પણ આવો જ અનુભવ થયો હતો. પરંતુ તેઓને સમજાયું કે જો તેઓ બપોર પહેલા તેમનો ઑર્ડર આપશે, તો તેઓને તે જ દિવસે માલ મળી જશે.

જો સ્યૂ કહે :

'જસ્ટિન, મને નથી લાગતું કે હું તને પ્રેમ કરું છું.'

તેથી તે કહી શકે છે :

'સ્યૂ, હું જાણું છું કે તું શું અનુભવે છે. જેસિકાને એક વખત પૉલ વિશે એવું જ લાગ્યું હતું. પરંતુ જ્યારે તેઓ સાથે બેઠાં અને તેમની પરિસ્થિતિ વિશે વાત કરી, ત્યારે જેસિકાએ શોધી કાઢ્યું કે પોલ એક ખૂબ જ ભાવુક પ્રેમી હતો જે તેને હૃદયથી પ્રેમ કરતો હતો.'

આ બંને કિસ્સાઓમાં તમે અન્ય વ્યક્તિ સાથે અસંમત થયા નથી અથવા મુદ્દા પર ચર્ચા કરી નથી. ખરેખર, તમારા શબ્દો પરથી એવું લાગતું હતું કે તમે તેની સાથે સંમત છો. કોઈના હુમલાનો બચાવ કરશો નહીં; સામેની વ્યક્તિની લાગણીઓને સ્વીકારો.

12

દરેક સાથે કેવી રીતે સંમત થશો? (તમારા ટીકાકારો સાથે પણ)

સંમતિ એ માનવવર્તનની ખૂબ જ મહત્ત્વપૂર્ણ આદત છે, જે તમારી પાસે હોવી જોઈએ. લોકો જે તેમની સાથે સહમત હોય તેમને પસંદ કરે છે અને અસહમત હોય તેમને નાપસંદ કરે છે. તમારા ટીકાકારો સાથે સંમત થવાની બે રીત છે. જો તેઓ જે કહે છે તે સાચું હોય, તો તરત જ સંમત થાઓ. જો તેઓ જે કહે છે તે તમને સાચું લાગતું નથી, તો એટલે સંમત થાઓ કે વિવેચકને તેના અભિપ્રાયનો અધિકાર છે.

1. સત્ય સાથે કેવી રીતે સંમત થવું

તમારા ટીકાકારને મૌન કરવાનો શ્રેષ્ઠ માર્ગ એ છે કે તે અથવા તેણી જે કહે છે તેની સાથે સંમત થવું અને પછી તમારી સ્થિતિને પુનઃસ્થાપિત કરવી.

દાખલા તરીકે -

માતા : જો તમે આજે રાત્રે નૃત્ય કરવા જશો, તો કાલે સવારે કામ પર જવા માટે પથારીમાંથી ઊઠવું મુશ્કેલ બનશે.

પુત્રી : તમે કદાચ સાચાં છો! પરંતુ મને નૃત્ય ગમે છે અને હું તેમાં જવા માટે રાહ જોઈ શકતી નથી!

પુત્રી તેની માતાની ટીકાના સત્ય સાથે સંમત હતી, પરંતુ તેણે પોતાની સ્થિતિ પણ સ્પષ્ટ કરી હતી.

સ્યૂ : એડમ, મને નથી લાગતું કે તમારે તમારી નોકરી છોડી દેવી જોઈએ. તમે કંપનીમાં મહત્ત્વના હોદ્દા પર છો અને અર્થવ્યવસ્થા બગડે તો પણ તમારી નોકરી પર અસર નહીં થાય. તમારો પોતાનો વ્યવસાય શરૂ કરવા માટે કોઈ ગેરંટી નથી!

એડમ : સ્યૂ, તમે એકદમ સાચા છો. વ્યવસાયમાં કોઈ ગેરંટી નથી, પરંતુ હું જાણું છું કે હું સારી રીતે કામ કરીશ અને હું ખરેખર આ તકનો લાભ લેવા માંગું છું!

એડમે સ્યૂને જે કહ્યું તેમાં તે તેની સત્યતા સાથે સંમત થયો. તેણે તેની સાથે દલીલ ન કરી અથવા પોતાને અથવા તેણીને નીચું ન દેખાડ્યું, પરંતુ તેણે હજી પણ આક્રમક થયા વિના પોતાનો મુદ્દો જણાવ્યો હતો.

2. તમારા વિવેચકના અભિપ્રાયના અધિકાર સાથે કેવી રીતે સંમત થવું

ઘણીવાર તમે તમારા વિવેચકના અભિપ્રાય સાથે અસંમત થશો, પરંતુ તમે હજી પણ તે અભિપ્રાય વ્યક્ત કરવાના તેમના અધિકાર સાથે સંમત થઈ શકો છો, પછી ભલે તમને તેમનો અભિપ્રાય ગમે તેટલો મૂર્ખ લાગે.

દાખલા તરીકે :

ડેવિડ : મોનિકા, જો તું તારા બધા પૈસા કપડાં પર ખર્ચીશ, તો તું ટૂંક સમયમાં ભિખારી બની જઈશ!

મોનિકા: ડેવિડ, હું સમજું છું કે તને એવું કેમ લાગે છે, પણ મને કપડાં પહેરવાં ગમે છે.

લીન : ગ્લેન, તમે માઝ્દા કેવી રીતે ખરીદી શકો? તમે જાણો છો કે ટોયોટા વધુ સારી કાર છે!

ગ્લેન : લીન, તમારો અભિપ્રાય અર્થપૂર્ણ છે અને તમે સાચા છો - ટોયોટા એક સરસ કાર છે, પણ મને માઝ્દામાં બેસવું ગમે છે!

ગ્લેન અને મોનિકા બંને તેમના વિવેચકના તેમના અભિપ્રાય વ્યક્ત કરવાના અધિકાર સાથે સંમત થયા હતા, ગ્લેન પણ સત્ય સાથે સંમત થયા હતા, પરંતુ બંનેમાંથી કોઈએ તેમની સ્થિતિથી પીછેહઠ કરી ન હતી અને અન્ય વ્યક્તિને ખોટી સાબિત કરી ન હતી. જો તમે આલોચના સાથે સંપૂર્ણપણે અસંમત હોવ તો

પણ, સામાન્ય રીતે સંમત થવાની અને પછી તમે જે માનો છો તે જણાવવાની કોઈ રીત હોય છે. તમારો ધ્યેય હંમેશાં અન્ય લોકોને સાચો સાબિત કરવાનો હોવો જોઈએ, પછી ભલે તમે તેમની સાથે સહમત ન હો.

સંમત વ્યક્તિ બનવાની પાંચ ચાવીઓ અહીં છે :

1. તમે મળો છો તે દરેક વ્યક્તિ સાથે સંમત થવાનું નક્કી કરો

સંમતિનો સ્વભાવ કેળવો અને અન્યને તેનો યોગ્ય અનુભવ કરાવો.

2. સત્ય સાથે સંમત

અન્ય લોકોને જણાવો કે તેઓ જે કહે છે તેની સાથે તમે સંમત થાઓ છો. તમારું માથું હલાવો અને કહો, 'હા, તમે સાચા છો' અથવા 'હું તમારી સાથે સંમત છું.'

3. તમારા વિવેચકના અભિપ્રાયના અધિકાર સાથે સંમત થાઓ

જો તમને લાગે કે વિવેચક મૂર્ખ છે, તો પણ સ્વીકારો કે તે અથવા તેણી આ રીતે વિચારવા માટે યોગ્ય છે, પરંતુ તે પણ સમજાવો કે તમને શું લાગે છે, જે સત્ય છે.

4. જ્યારે તમે ખોટા હો ત્યારે તમારી ભૂલ સ્વીકારો

જે લોકો તેમની ભૂલો સ્વીકારે છે તેઓની અન્ય લોકો દ્વારા પ્રશંસા કરવામાં આવે છે, પરંતુ મોટાભાગના લોકો નકારવાનું, જૂઠું બોલવાનું અથવા દોષ આપવાનું વધુ પસંદ કરે છે. જો તમે ખોટા છો, તો કહો :

'અલબત્ત મને ગેરસમજ થઈ...'
'મેં આને બરબાદ કરી નાખ્યું...'
'હું ખોટો હતો...'

5. દલીલો ટાળો

જો તમે સાચા હો તો પણ તમે ક્યારેય દલીલથી જીતી શકતા નથી. દલીલ કરવાથી તમે મિત્રો ગુમાવો છો, તમારી વિશ્વસનીયતા ગુમાવો છો અને ઝઘડાળુ લોકોને એને જે જોઈએ છે તે મળી જાય છે - ઝઘડો.

13

તમારી આસપાસ સકારાત્મક 'ઓરા' કેવી રીતે બનાવશો?

લોકો આપણને મળ્યાની ચાર મિનિટની અંદર આપણા વિશેના 90% અભિપ્રાયો બનાવે છે અને તેમનું પ્રારંભિક મૂલ્યાંકન મોટાભાગે આપણી શારીરિક પરિભાષાના વિશ્લેષણ પર આધારિત છે. પછી તેઓ આપણી વાત સાંભળે છે અને નક્કી કરે છે કે તેઓએ આપણને કેટલું માન આપવું જોઈએ અથવા આપણામાં કેટલો રસ લેવો જોઈએ.

તમારી પ્રારંભિક મીટિંગ દરમિયાન ઝડપથી પ્રશંસા અને આદર મેળવવા માટે નીચેની ત્રણ બાબતો કરો :

1. તમારા દેખાવ અને કામ વિશે સકારાત્મક બનો

જીવનની તમારી પરિસ્થિતિ અને તમને તે કેમ ગમે છે તે વિશે ઉત્સાહપૂર્વક વાત કરો. 'હું માત્ર એક કારકુન છું, માત્ર એક ગૃહિણી છું, વગેરે' જેવી બાબતો કહીને ક્યારેય તમારી જાતને નીચી ન બતાવો. તેના બદલે કહો, 'હું દેશની સૌથી મોટી બેંકમાં કામ કરું છું અને લોકોને તેમના રોકાણનાં લક્ષ્યો હાંસલ કરવામાં મદદ કરું છું' અથવા, 'હું બે સુંદર બાળકોની માતા અને જહોનની પત્ની છું.'

જો તમે તમારા પોતાના દેખાવ વિશે હકારાત્મક નથી, તો બીજું કોઈ પણ નહીં જ હોય.

2. ઉત્સાહી બનો

હકારાત્મક આશાવાદ સાથે જીવન વિશે વાત કરો. આનાથી તમારા પર સારી છાપ તો પડશે જ, પરંતુ લોકો તમારા અને તમારી વાતચીત પ્રત્યે ઉત્સાહી પણ બનશે. હંમેશાં સ્મિત કરો, તે લોકોને વિચારવા માટે મજબૂર કરે છે કે તમે જાણતા નથી કે તમે આગળ શું કરવા જઈ રહ્યા છો.

3. ક્યારેય કોઈની કે કોઈ પણ વસ્તુની ટીકા ન કરો

જ્યારે તમે ટીકા કરો છો, ત્યારે અન્ય લોકો તેને નીચી સ્વ-છબી, સમજણનો અભાવ અથવા આત્મવિશ્વાસના અભાવના સંકેત તરીકે લે છે. જો કોઈ તમારા હરીફનાં વખાણ કરે છે, તો તેના સારા ગુણોની પ્રશંસા કરો. જો તમે કંઈપણ હકારાત્મક કહી શકતા નથી, તો મૌન રહો. બીજાને નીચે મૂકીને પોતાને ઊંચો કરવાનો પ્રયાસ કરશો નહીં.

14

લોકો માટે 'હા' કહેવાનું સરળ કેવી રીતે બનાવશો?

તમારી દરખાસ્ત માટે કોઈને 'હા' કહેવાની ચાર રીતો છે.

1. એવું કારણ શોધો કે જેનાથી બીજી વ્યક્તિ 'હા' કહે

આપણે જે પણ કાર્ય કરીએ છીએ અથવા જીવનમાં જે પણ દિશા પસંદ કરીએ છીએ તે કોઈ ચોક્કસ કારણથી પ્રેરિત હોય છે. કેટલીકવાર કંઈક કરવા માટે ઘણાં કારણો હોય છે, પરંતુ હંમેશાં એક કારણ હોય છે, જે પ્રબળ હોય છે અને તમારે તેને શોધવાની જરૂર છે. તમે પૂછી શકો છો, 'તમારી પ્રાથમિકતા શું છે?' પછી વિક્ષેપ વિના અન્ય વ્યક્તિનો જવાબ સાંભળો. સામેની વ્યક્તિ પોતે જ તમને જણાવશે કે કયાં કારણો છે, જે તેને કોઈ પણ કામ કરવા માટે પ્રેરિત કરશે. ક્યારેય એવું ન માનો કે સામેની વ્યક્તિ શા માટે કંઈક કરી રહી છે તેનું મુખ્ય કારણ તમે જાણો છો, કારણ કે તમે ખોટા સાબિત થઈ શકો છો અને જો તમે ખોટા છો, તો તે પ્રેરિત થશે નહીં અને કામ કરશે નહીં. તમારાં અંગત કારણો ક્યારેય કોઈને કહો નહીં સિવાય કે તમારા બંને માટે કારણો મેળ ખાતા હોય. એકવાર તમે સમજી લો કે બીજી વ્યક્તિ શું ઇચ્છે છે, તેમને બતાવો કે તેઓ જે ઇચ્છે છે તે મેળવવા માટે તેઓ તમારા ઉકેલનો ઉપયોગ કેવી રીતે કરી શકે છે. લોકો તમારા શબ્દોથી કોઈ કામ કરવા માટે એટલા તૈયાર નથી હોતા જેટલા તેઓ પોતે શોધેલી વાતથી હોય છે. તેમને તેમની સમસ્યાઓનો ઉકેલ તેમની પોતાની રીતે શોધવા દો. પછી તમારે ફક્ત યોગ્ય પ્રશ્નો પૂછવાના છે જે તેમને યોગ્ય નિષ્કર્ષ પર લઈ જશે.

જેમ જેમ તમે તમારા ઉકેલને સમજાવો છો, તેઓ તેમની પ્રથમ પ્રાથમિકતા વિશે જે શબ્દો કહે છે તે જ શબ્દોનું પુનરાવર્તન કરો.

2. ફક્ત 'હા'વાળા પ્રશ્નો પૂછો

વાતચીત શરૂ કરતી વખતે, ફક્ત તે જ પ્રશ્નો પૂછો જેનો જવાબ 'હા'માં આપી શકાય. 'ના'વાળા જવાબો સાથે પ્રશ્નો પૂછવાનું ટાળો.

'હા'વાળા જવાબો સાથેના પ્રશ્નોનાં કેટલાંક ઉદાહરણો છે :
'તમને પૈસા કમાવવામાં રસ છે?'
'શું હું સાચો છું કે તમે તમારા પરિવારને સુખી કરવા માંગો છો?'
'શું તમે તમારાં બાળકો સાથે વધુ સમય પસાર કરવા માંગો છો?'

જો તમે તમારી મીટિંગની શરૂઆત સકારાત્મક 'હા'ની લાગણી સાથે કરો છો, તો તેઓને પછીથી તમને 'ના' કહેવામાં મુશ્કેલી પડશે. અન્યને પ્રભાવિત કરતી વખતે, યાદ રાખો કે તમારો ધ્યેય તેમને સાચો સાબિત કરવાનો છે, ખોટો નહીં, ભલે તમે તેમના દૃષ્ટિકોણ સાથે સહમત ન હો.

3. તમારું માથું હલાવો

જ્યારે આપણે હકારાત્મક ભાવ અનુભવીએ છીએ ત્યારે આપણે માથું હલાવીએ છીએ. સંશોધન બતાવે છે કે જો તમે ઇરાદાપૂર્વક તમારું માથું હલાવવાનું શરૂ કરો છો, તો તમે હકારાત્મક લાગણીઓનો અનુભવ કરવાનું શરૂ કરો છો. તમારા 'હા'વાળા પ્રશ્નો પૂછતી વખતે અથવા જવાબો સાંભળતી વખતે માથું હલાવતા રહો. ટૂંક સમયમાં જ બીજી વ્યક્તિ પણ માથું હલાવશે અને તમારા પ્રસ્તાવ વિશે હકારાત્મકતા અનુભવ કરશે.

4. તેને 'હા'ના બે વિકલ્પોમાંથી એક પસંદ કરવાનો પ્રસ્તાવ આપો

જ્યારે તમે માત્ર એક વિકલ્પ આપો છો, ત્યારે વ્યક્તિને 'હા' અથવા 'ના' નક્કી કરવાની ફરજ પાડવામાં આવે છે અને સામાન્ય રીતે મોટાભાગના લોકો 'ના' વિકલ્પ પસંદ કરે છે કારણ કે તે સુરક્ષિત વિકલ્પ હોય છે. તમે તેમની પાસે જે બે કામ કરાવવા માંગો છો તે બે વસ્તુઓ વચ્ચે તેમને પસંદગી આપો.

દાખલા તરીકે :

'મારે તમને 3 વાગ્યે મળવું જોઈએ કે 4 વાગ્યે? તમારા માટે શું સારું રહેશે?'
'તમને લીલો કે વાદળી કયો કલર વધુ ગમે છે?'
'તમે ક્રેડિટ કાર્ડનો ઉપયોગ કરશો કે રોકડ તમારા માટે વધુ યોગ્ય રહેશે?'
'તમે બુધવારે કે ગુરુવારે ક્યારે કામ શરૂ કરશો?'

15

કેવી રીતે બોલશો? જેથી પુરુષો તમને સાંભળે

સંશોધન દર્શાવે છે કે પુરુષો એકબીજા સાથે વાત કરતી વખતે ચોક્કસ નિયમોનો ઉપયોગ કરે છે. જો તમે સ્ત્રી છો, તો તમારા માટે પુરુષો સાથે વાત કરતી વખતે આ નિયમોને સમજવું અને તેનું પાલન કરવું ખૂબ જ મહત્ત્વપૂર્ણ છે.

અહીં 'પુરુષવાણી'ના નિયમો દર્શાવ્યા છે, જે પુરુષ મગજમાં રક્તપ્રવાહનું નિરીક્ષણ કરનાર બ્રેઇન સ્કેનમાંથી મેળવેલા છે :

1. પુરુષને એક સમયે એક જ વસ્તુ આપો

પુરુષોના મગજમાં વિભાગો બનેલા હોય છે. એવું લાગે છે કે પુરુષોનું મગજ નાનાં રૂમોમાં વહેંચાયેલું છે, જેમાંના દરેકમાં એક જ કાર્યસ્થળ છે. પુરુષો પર એક સાથે ઘણાં બધાં કાર્યો અથવા વસ્તુઓ લાદશો નહીં. તમારા વિચારો અલગ અલગ રાખો. એક સમયે એક જ મુદ્દા વિશે વાત કરો.

2. તેને બોલવાની તક આપો

પુરુષોના મગજની રચના એવી હોય છે કે તેઓ કાં તો બોલી શકે છે અથવા સાંભળી શકે છે. મોટાભાગના પુરુષો આ બંને કામ એક સાથે કરી શકતા નથી, તેથી જ પુરુષો એક પછી એક બોલે છે. તેને બોલવાની અને તેનું વાક્ય પૂર્ણ કરવાની તક આપો. વિક્ષેપ ન કરો.

3. સાંભળતી વખતે હાવભાવ વિનાનો ચહેરો રાખો

પુરુષો વિચારે છે કે જો કોઈ વ્યક્તિમાં સાંભળતી વખતે ચહેરાના હાવભાવ વધારે હોય, તો તેને માનસિક અથવા ભાવનાત્મક સમસ્યાઓ છે. કોઈ માણસને સાંભળતી વખતે, તમારા ચહેરા પર ગંભીર અભિવ્યક્તિ રાખો અને સાંભળતી વખતે, 'ઓહ...' 'ઠીક છે...' 'હમ્મ્...' 'હા, હા...' જેવા ગુંજન કરતા રહો જેથી કરીને તે આગળ બોલવાનું ચાલુ રાખવા માટે પ્રોત્સાહિત થાય.

4. તેને હકીકતો અને માહિતી આપો

પુરુષોનાં મગજ સ્થાનિક કાર્યો માટે રચાયેલ છે અને તેઓ તે વસ્તુઓ વચ્ચેના સંબંધમાં રસ ધરાવે છે. સમસ્યાઓના ઉકેલ બતાવો, હકીકતો અને પુરાવા આપો. ભાવનાત્મક વિનંતીઓ કરવાનું ટાળો. તેના બદલે, તમારી વાત સાબિત કરો.

5. સ્પષ્ટ શબ્દોનો ઉપયોગ કરો

પુરુષોનાં વાક્યો સ્ત્રીઓનાં વાક્યો કરતાં ટૂંકાં હોય છે અને તેમાં વધુ તથ્યો, આંકડાઓ, માહિતી અને ઉકેલો હોય છે. સંકેતો આપશો નહીં, સંકેતો શોધશો નહીં. તમારો મુદ્દો સ્પષ્ટ કરો અને સીધા મુદ્દા પર જાઓ.

16

કેવી રીતે બોલશો? જેથી સ્ત્રીઓ સાંભળે

સંશોધન દર્શાવે છે કે સ્ત્રીઓ એકબીજા સાથે વાતચીત કરવા માટે અમુક નિયમોનો ઉપયોગ કરે છે. જો તમે પુરુષ છો, તો તમારા માટે સ્ત્રીઓ સાથે વાતચીત કરતી વખતે આ નિયમોને સમજવા અને તેનું પાલન કરવું ખૂબ જ મહત્ત્વપૂર્ણ છે.

અહીં 'મહિલાની વાણી'ના નિયમો છે, જે સ્ત્રીના મગજમાં રક્તપ્રવાહનું નિરીક્ષણ કરનાર બ્રેઇન સ્કેનમાંથી પ્રાપ્ત થયા છે :

1. વાતચીતમાં જોડાઓ

બોલવા માટે તમારા વારાની રાહ ન જુઓ. મહિલાઓનું મગજ વારાફરતી બોલી અને સાંભળી શકે છે, તેથી જ ઘણી વાર તમામ મહિલાઓ એકસાથે બોલતી જોવા મળે છે, કારણ કે તેઓ તે કરી શકે છે. જો તમે બોલતા પહેલાં તમારા વારાની રાહ જુઓ, તો તમે કદાચ વૃદ્ધ લાગશો. જો તમે મહિલાઓ સાથે વાતચીતમાં સક્રિય રીતે જોડાતા નથી, તો તેઓ માની શકે છે કે તમને રસ નથી અથવા તમે તેમના પ્રત્યે નિર્ણાયક છો.

2. સાંભળતી વખતે ચહેરાના હાવભાવનો ઉપયોગ કરો

સ્ત્રીના ચહેરાના હાવભાવ તેની લાગણીઓને દૂર કરે છે, તેથી તેની સાથે તાલમેલ બનાવવા માટે તેની સાથે વાતચીત કરતી વખતે તેના હાવભાવ અને મુદ્રાને પ્રતિબિંબિત કરો. ધ્યાન રાખો, પુરુષ સાથે વાત કરતી વખતે આવું ક્યારેય ન કરો.

3. તેણીની અંગત વિગતો આપો અને તમારી લાગણીઓ વ્યક્ત કરો

સ્ત્રીઓનાં મગજ અન્યની લાગણીઓને સમજવા અને લોકો વચ્ચેના સંબંધોનું મૂલ્યાંકન કરવા માટે રચાયેલ છે. તેને તમારા અને તમારા પરિવાર વિશે અંગત માહિતી આપો. ઉપરાંત, તે પૂછે એ પહેલાં જ વસ્તુઓ વિશે તમારી વ્યક્તિગત લાગણીઓ શેર કરો.

4. પરોક્ષ અભિવ્યક્તિ કરો

સ્ત્રીઓ પુરુષો કરતાં લાંબા વાક્યો બોલે છે. સ્ત્રીનું એક વાક્ય બહુવિધ વિષયોને આવરી લે છે, જેમાં તે વિષયો વિશેની તેની લાગણીઓનો પણ સમાવેશ થાય છે. કોઈ સ્ત્રી સાથે વાત કરતી વખતે તાત્કાલિક મુદ્દા પર ન આવો, સમસ્યાનો ઝડપી ઉકેલ મેળવવા માટે તેના પર દબાણ ન કરો, અથવા 'વેચાણ' કરવાનો પ્રયાસ કરશો નહીં. મૈત્રીપૂર્ણ, સંમત અને આરામદાયક બનો.

17

સત્તર શક્તિહીન શબ્દસમૂહો તમારે તમારા શબ્દભંડોળમાંથી દૂર કરવા જોઈએ

અહીં તમે કહી શકો તેવા સૌથી વિનાશક શબ્દો અને શબ્દસમૂહોની સૂચિ છે. આ શબ્દસમૂહોનો અર્થ કંઈક છે, પરંતુ વાસ્તવમાં વક્તાની લાગણીઓ અને પૂર્વગ્રહો વ્યક્ત કરે છે. તમારા શબ્દભંડોળમાંથી આને દૂર કરો, કારણ કે તેઓ તમારી વિશ્વસનીયતા ઘટાડે છે.

શું કહેવામાં આવે છે	**શું સંભળાય છે**
એક રીતે... એટલે...	તમે તેના પર વિશ્વાસ કરતા નથી અથવા તમે જાણતા નથી કે તમે શું વાત કરી રહ્યા છો
તમે સમજો છો ને કે હું શું કહેવા માંગુ છું?	તમે જે બોલો છો તેના પર તમને વિશ્વાસ નથી
પત્ની/પતિ/સાથી	તમારા જીવનસાથીનું અવૈયક્તિકરણ
હું સાચું કહું છું, હું પ્રામાણિકપણે બોલું છું, હું શપથ લઉં છું, મારા પર વિશ્વાસ કરો	જે લોકો કંઈક ખોટું અથવા અતિશયોક્તિપૂર્ણ અથવા જૂઠું બોલવા જઈ રહ્યા છે તેઓ ઘણીવાર આ શબ્દોથી તેમનાં વાક્યોની શરૂઆત કરે છે.
સ્પષ્ટ છે કે	તમે અન્ય વ્યક્તિને સંમત થવા માટે દબાણ કરવાનો પ્રયાસ કરી રહ્યા છો

હું ઇચ્છું છું કે	તમે અપરાધ અથવા ફરજની ભાવના દ્વારા અન્ય વ્યક્તિને સંમત થવા દબાણ કરવાનો પ્રયાસ કરી રહ્યા છો.
ખોટું ન સમજતા	તમે કંઈક નેગેટિવ અથવા ટીકાત્મક કહેવાના છો
નમ્ર અભિપ્રાય છે કે	તમે કંઈક અહંકારભર્યું કહેવાના છો
હું તને દુઃખી કરવા નથી માંગતો	આ તે છે જે તમે ખરેખર કરવા માંગો છો; ઉદાહરણ તરીકે, 'હું તમને નુકસાન પહોંચાડવા માંગતો નથી' કહ્યા પછી તમે કંઈક એવું કહો છો જે દુઃખ પહોંચાડે છે.
હું પ્રયત્ન કરીશ	મને સફળતાની અપેક્ષા નથી
હું મારા શ્રેષ્ઠ પ્રયાસ કરીશ	પરંતુ મારા શ્રેષ્ઠ પ્રયાસો પણ પૂરતા નથી
યોગ્ય આદર સાથે	મને તમારા માટે આદર નથી

આ લંગડા શબ્દો અને શબ્દસમૂહોથી વાકેફ રહો અને તેને તમારા શબ્દભંડોળમાંથી દૂર કરવાનો સંકલ્પ કરો.

18

બાર સૌથી શક્તિશાળી શબ્દો

યુનિવર્સિટી ઓફ કેલિફોર્નિયા ખાતે હાથ ધરાયેલા અભ્યાસમાં જાણવા મળ્યું છે કે જ્યારે આ શબ્દો બોલવામાં આવે ત્યારે લોકો દરખાસ્ત સ્વીકારે તેવી શક્યતા વધે છે :

શોધ, ગેરંટી, પ્રેમ, પ્રયાસ, પરિણામો, બચત, સરળ, આરોગ્ય, પૈસા, નવું, સુરક્ષા, તમે.

આ અજમાવેલા શબ્દોની શોધથી નવાં પરિણામો મળશે, જે તમને પ્રેમ, વધુ સારા સ્વાસ્થ્ય અને તમારા પૈસા બચાવવાની બાંયધરી આપશે. આ સંપૂર્ણપણે સલામત અને ઉપયોગમાં સરળ છે.

આ શબ્દોનો અભ્યાસ કરો અને તેમને તમારી રોજિંદી વાતચીતનો એક ભાગ બનાવો.

19

નકારાત્મક વાક્યોને હકારાત્મકમાં ફેરવો

તમે હંમેશા વિનાશક ટીકાને હકારાત્મક પ્રશંસામાં ફેરવવાનો માર્ગ શોધી શકો છો. અન્ય લોકોની નિષ્ફળતા માટે તેમની ટીકા કરવાને બદલે, તમે પ્રયાસ કરવા અથવા સુધરવા માટે તેમની પ્રશંસા કરી શકો છો.

આ ઉદાહરણોનો વિચાર કરો :

આવું કહેવાને બદલે...	**તમે કહી શકો છો કે**
ખૂબ જ ખરાબ છે કે તમને વધારો મળ્યો નથી.	બાર્બરા, મને લાગે છે કે તે સારું થયું કે તમે બોસને કહ્યું કે તમે શું ઇચ્છો છો, ભલે તમને તે ન મળ્યું હોય. તમે શું વિચારો છો? તમે હવે તેમનો વિચાર બદલવા માટે શું કરી શકો?
તમે ખૂબ જ મૂર્ખતાપૂર્ણ વાર્તા લખી છે	વેલેરી, મને તમારી વાર્તાનો એ ફકરો ગમ્યો જેમાં બર્ટને લગ્ન કરવા અથવા તો પડદામાં ચાલવાની ફરજ પડી હતી. તમે જે શબ્દોનો ઉપયોગ કર્યો એણે દૃશ્યને જીવંત બનાવ્યું. તમારા મનમાં એ દૃશ્યનો વિચાર ક્યાંથી આવ્યો હતો?
પરીક્ષા પાસ કરવા માટે તમારે પાંચ વખત પ્રયાસ કરવો પડ્યો. આખરે સમસ્યા શું હતી?	બિલ, તમે તે કરી બતાવ્યું. દરેક જણ તે કરી શકતા નથી. તમે ક્યારે ઉજવણી કરો છો?

તમે ફરીથી પડ્યા છો! એવું લાગે છે કે તમારે ફરી પ્રયાસ કરતા પહેલાં થોડા વધુ મહિના રાહ જોવી પડશે.	અભિનંદન, સ્યૂ. આજે તમે ગઈકાલ કરતાં એક ડગલું આગળ વધી ગયા છો!

20

ભય અને ચિંતાનો સામનો કેવી રીતે કરશો?

અભ્યાસોએ બતાવ્યું છે કે આપણે જીવનમાં જે બાબતોની ચિંતા કરીએ છીએ તે પૈકી :

87 ટકા ક્યારેય થતું નથી.
7 ટકા વાસ્તવિક હોય છે.
6 ટકામાં તમે પરિણામ પર થોડો પ્રભાવ ધરાવો છો.

આનો અર્થ એ છે કે જીવનમાં તમે જેની ચિંતા કરો છો તેમાંથી મોટાભાગની વસ્તુઓ બનશે નહીં, અને જે ઘણી ઓછી વસ્તુઓ થાય છે, તેના પર તમારું નિયંત્રણ ઓછું અથવા જરા પણ નથી હોતું. તેથી તમે જે વસ્તુઓથી ડરતા હો તેની ચિંતા કરવાનો કોઈ ફાયદો નથી.

ભયનો (FEAR) સામનો કરવા માટે, આ યાદ રાખો :

False - ખોટાં
Evidence - પુરાવા
Appearing - જે દેખાય છે
Real - ખરેખર સાચાં

ભય એ અનિચ્છનીય પરિણામોના વિચારની શારીરિક પ્રતિક્રિયા સિવાય બીજું કંઈ નથી. તમારી મોટાભાગની ચિંતાઓ કોઈ પણ રીતે અર્થહીન છે, કારણ કે

તે ક્યારેય થશે નહીં. એટલું જ નહીં, તેથી જ જે ખોટા પુરાવાઓ વાસ્તવિક દેખાય છે તે, તે સિવાય બીજું કંઈ નથી.

તમે જે નથી ઇચ્છતા તેના વિશે ક્યારેય વિચારશો નહીં. તમે જે ઇચ્છો છો તેના વિશે જ વિચારો, પછી ભલે પરિણામ ગમે તે હોય. તમે જે વિચારો છો તે સામાન્ય રીતે તમને મળે છે.

સારાંશ

ટેક્નિક 5 : લોકો સાથે કેવી રીતે વાત કરવી

- લોકોની રુચિ પોતાનામાં છે.
- તમારા શબ્દભંડોળમાંથી 'હું' અને 'મારું' શબ્દો કાઢી નાખો અને તેમને 'તમે' અને 'તમારું' સાથે બદલો.

ટેક્નિક 6 : મહાન પ્રશ્નો કેવી રીતે પૂછવા

- ખુલ્લા અંતવાળા પ્રશ્નો પૂછો. 'કેવી રીતે?', 'કેમ?', 'કયા?', 'મને એ વિશે કહો...' સાથે તમારી વાતચીત શરૂ કરો.

ટેક્નિક 7 : વાતચીત કેવી રીતે શરૂ કરવી

- વાતચીત શરૂ કરવા માટે પરિસ્થિતિ અથવા વ્યક્તિ વિશે વાત કરો.
- એક પ્રશ્ન સાથે પ્રારંભ કરો.

ટેક્નિક : વાતચીત કેવી રીતે ચાલુ રાખવી

- પુલનો ઉપયોગ કરો, ઉદાહરણ તરીકે : 'જેમ કે?', 'પછી...?', 'તેથી?', 'તો પછી તમે...?', 'જેનો અર્થ...?'

ટેક્નિક 9 : તમે જે કહો છો તેમાં અન્ય લોકોને કેવી રીતે રસ લેવો

- ફક્ત તેઓ શું ઇચ્છે છે તે વિશે વાત કરો અને તેમને જણાવો કે તમારા ઉકેલો તેમને તે મેળવવામાં કેવી રીતે મદદ કરી શકે છે.

ટેક્નિક 10 : લોકોને તમારા વિશે તાત્કાલિક હકારાત્મક કેવી રીતે બનાવશો

- દરેક તરફ સ્મિત કરો. હાસ્ય એ સંદેશ આપે છે કે, 'તમને જોઈને અને તમને સ્વીકારીને હું ખુશ છું.'

ટેક્નિક 11 : લોકો સાથે સહાનુભૂતિ કેવી રીતે રાખવી

- અન્ય લોકોને જણાવો કે તમે તેમની લાગણીઓને સમજો છો અને અન્ય લોકોએ પણ એવું જ અનુભવ્યું છે. પછી સમજાવો કે અન્ય લોકોએ કેવી રીતે ઉકેલો શોધી કાઢ્યા.

ટેક્નિક 12 : દરેક સાથે કેવી રીતે સંમત થવું

- તમારી ટીકાના સત્ય સાથે સંમત થાઓ.
- વિવેચકના અભિપ્રાય વ્યક્ત કરવાના અધિકાર સાથે સંમત થાઓ.

ટેક્નિક 13 : તમારી આસપાસ સકારાત્મક 'ઓરા' કેવી રીતે બનાવશો

- તમારા દેખાવ અને કામ પ્રત્યે સકારાત્મક બનો.
- બોલતી વખતે ઉત્સાહી બનો.
- કોઈ પણ વ્યક્તિ કે વસ્તુની ટીકા ન કરો.

ટેક્નિક 14 : લોકો માટે 'હા' કહેવાનું સરળ કેવી રીતે બનાવશો

- તેમને 'હા' કહેવાનું કારણ શોધો.
- ફક્ત 'હા' જવાબોવાળા પ્રશ્નો પૂછો.
- બોલતી વખતે અને સાંભળતી વખતે માથું હલાવો.

- તેમને બે ‘હા’ની વચ્ચે પસંદગી આપવી જોઈએ.

ટેક્નિક 15 : કેવી રીતે બોલવું જેથી પુરુષો સાંભળે

- એક સમયે એક જ વાત કરો.
- હકીકતો અને માહિતી પ્રદાન કરો.
- તેને બોલવાની તક આપો.
- હાવભાવ રહિત ચહેરો રાખો અને સાંભળતી વખતે હા કહેતા રહો.
- સ્પષ્ટપણે જણાવો.

ટેક્નિક 16 : કેવી રીતે બોલવું જેથી મહિલાઓ સાંભળશે

- વાતચીતમાં ભાગ લો. તમારો વારો આવે તેની રાહ ન જુઓ.
- સાંભળતી વખતે ચહેરાના હાવભાવનો ઉપયોગ કરો.
- વ્યક્તિગત વિગતો આપો અને લાગણીઓ વ્યક્ત કરો.
- ઉકેલો અથવા નિષ્કર્ષ પર પહોંચવામાં ઉતાવળ ન કરો.
- પરોક્ષ વાતચીત કરો. વધારે દબાણ ન કરો.

ટેક્નિક 17 : સત્તર શક્તિહીન શબ્દસમૂહો તમારે તમારા શબ્દભંડોળમાંથી દૂર કરવા જોઈએ

- તમારા શબ્દભંડોળમાંથી એવા શબ્દસમૂહો અને શબ્દો દૂર કરો જે તમારી વિશ્વસનીયતા ઘટાડે છે. તેમાં આનો સમાવેશ થાય છે
- એક રીતે, એટલે કે, તમે સમજો છો કે હું શું કહેવા માંગુ છું, પત્ની/પતિ/સાથી, સાચું કહો, પ્રમાણિકપણે, સોગંદથી, મારા પર વિશ્વાસ કરો, અલબત્ત, મને ખોટો ન સમજતા, મારા નમ્ર અભિપ્રાયમાં, મારો મતલબ તમને દુઃખ પહોંચાડવાનો નથી, હું પ્રયત્ન કરીશ, આદર સાથે, હું મારા શ્રેષ્ઠ પ્રયાસો કરીશ.

ટેક્નિક 18 : બાર સૌથી શક્તિશાળી શબ્દો

- તમે જે 12 સૌથી મહત્ત્વપૂર્ણ શબ્દોનો ઉપયોગ કરી શકો છો તે છે શોધ, ગેરંટી, પ્રેમ, પ્રયાસ, પરિણામ, બચત, સરળ, તબિયત, ધન, નવું, સુરક્ષા, તમે.

ટેક્નિક 19 : નકારાત્મક વાક્યોને હકારાત્મકતામાં બદલો

- વિનાશક ટીકાને હકારાત્મક વખાણમાં ફેરવવાનો માર્ગ શોધો.

ટેક્નિક 20 : ભય અને ચિંતાનો સામનો કેવી રીતે કરવો

- તમે જેની ચિંતા કરો છો તેમાંથી મોટાભાગની વસ્તુઓ ક્યારેય બનશે નહીં, અને જે થોડીક ઘટનાઓ બનશે, તેના પર તમારું થોડું નિયંત્રણ હશે. તેથી કશાની ચિંતા કરશો નહીં.
- ડરનો સામનો કરતી વખતે, યાદ રાખો કે મોટાભાગના કિસ્સાઓમાં તે ખોટા પુરાવા છે જે વાસ્તવિક લાગે છે.

વિભાગ – ગ

બિઝનેસ પ્રેઝન્ટેશન આપવું

21

યાદગાર પ્રથમ છાપ કેવી રીતે છોડશો?

પ્રથમ છાપ એ વ્યાપાર જગતની 'પ્રથમ નજરનો પ્રેમ' છે.

અહીં નવ સુવર્ણ પ્રારંભિક પગલાં છે :

1. **તમારું પ્રવેશદ્વાર :** જ્યારે તમને રૂમમાં બોલાવવામાં આવે, ત્યારે અંદર જવા માટે નિઃસંકોચ રહો. મુખ્ય શિક્ષક દ્વારા ઠપકો આપવા માટે બોલાવવામાં આવેલા તોફાની શાળાના છોકરાની જેમ દરવાજા પર ઊભા ન રહો. જે લોકોમાં આત્મવિશ્વાસનો અભાવ હોય છે તેઓ રૂમમાં પ્રવેશતી વખતે ધીમા થઈ જતા હોય છે અથવા અચકાતા હોય છે. આત્મવિશ્વાસ સાથે દરવાજામાંથી પસાર થાઓ અને તે જ ગતિએ આગળ વધતા રહો.
2. **નજીક આવો ત્યારે :** ઝડપથી ચાલો. અસરકારક લોકો, જેઓ દરેકનું ધ્યાન ખેંચે છે, ઝડપથી અને મધ્યમ કદમ સાથે ચાલે છે. જે લોકો ખૂબ જ ધીમે ચાલે છે અથવા લાંબી ચાલ લે છે તેઓ અભિવ્યક્ત કરે છે કે તેમની પાસે ઘણો સમય છે, તેમને તેમના કામમાં રસ નથી અથવા બીજું કંઈ કરવાનું નથી.
3. **હસ્તધૂનન :** તમારી હથેળીને ઊભી રાખો અને વ્યક્તિને સામે રાખો. તમારે સમાન પ્રમાણમાં દબાણ પણ લાગુ કરવું જોઈએ. ક્યારે હાથ છોડવો તે તેને નક્કી કરવા દો. ટેબલ પર ક્યારેય હાથ મિલાવશો નહીં, કારણ કે આ અન્ય વ્યક્તિને તમારા પર 'ઉપલા હાથ' રાખવાની તક આપી શકે છે.
4. **તમારું સ્મિત :** ખાતરી કરો કે જ્યારે તમે સ્મિત કરો ત્યારે તમારા દાંત દેખાય. ફક્ત તમારા હોઠથી જ નહીં, તમારા આખા ચહેરાથી સ્મિત કરો.

5. **ભવાં ઊંચકવાં :** આ એક પ્રાચીન અનુમોદન સંકેત છે જે મગજમાં ઊંડે ઊંડે જડાયેલું છે. જ્યારે કોઈને મળો, ત્યારે એક ક્ષણ માટે તમારાં ભવાં ઊંચાં કરો.
6. **જ્યારે તમે વાત કરો :** પ્રથમ 15 સેકન્ડમાં વ્યક્તિનું નામ બે વાર કહો અને એક સમયે 30 સેકન્ડથી વધુ બોલશો નહીં. સામેની વ્યક્તિ કરતા થોડું ધીમી ગતિમાં બોલો.
7. **જ્યારે તમે બેસો :** જો તમને કોઈની સામે નીચી ખુરશી પર બેસાડવામાં આવે, તો સહેજ વળીને તે વ્યક્તિથી 45 ડિગ્રીનો ખૂણો બનાવો, જેથી તમે 'ફટકાર'ની મુદ્રાથી બચી શકો. જો તમે તમારી ખુરશી ફેરવી શકતા નથી, તો તમારા શરીરનો કોણ બદલો.
8. **તમારી મુદ્રાઓ :** જે લોકો સંયમી, શાંત અને તેમની લાગણીઓને કાબૂમાં રાખે છે તેઓ સ્પષ્ટ અને સરળ મુદ્રાઓનો ઉપયોગ કરે છે. ઉચ્ચ દરજ્જાના લોકો નીચલા દરજ્જાના લોકો કરતાં ઓછો મુદ્રાઓનો ઉપયોગ કરે છે. તમારા હાથને તમારી દાઢી કરતાં ઊંચો ન કરો. તાલમેલ બનાવવા માટે અન્ય વ્યક્તિની મુદ્રા અને અભિવ્યક્તિઓને પ્રતિબિંબિત કરો.
9. **જ્યારે તમે પાછા ફરો :** જ્યારે તમે તમારી વાત પૂરી કરી લો, ત્યારે તમારી વસ્તુઓ શાંતિથી એકઠી કરો, ઉતાવળમાં કે ગભરાટમાં તે ક્યારેય ન કરો. જો શક્ય હોય તો, હાથ મિલાવો અને પછી પાછા વળો. જો તમે અંદર આવ્યા ત્યારે દરવાજો બંધ હતો, તો જ્યારે તમે બહાર નીકળો ત્યારે તેને બંધ કરો છો તેની ખાતરી કરો. જ્યારે તમે બહાર જાઓ છો ત્યારે લોકો તમને પાછળથી જુએ છે, તેથી જો તમે પુરુષ છો, તો ખાતરી કરો કે તમારા પગરખાની પીઠ ચમકદાર છે. છુપાયેલા કેમેરાથી જાણવા મળ્યું છે કે લોકો પાછા ફરતી વખતે મહિલાઓના પાછળના ભાગને જુએ છે, પછી ભલે તમને તે ગમે કે ન ગમે. તેથી જો તમે સ્ત્રી છો, તો તમે દરવાજાની નજીક જાઓ અને પાછળ ફરીને સ્મિત કરો. તેઓ તમારા પાછળના ભાગને બદલે તમારો હસતો ચહેરો યાદ રાખે તે વધુ સારું રહેશે.

22

વ્યવસાયમાં ટીકાનો સામનો કેવી રીતે કરશો?

જો કોઈ ગ્રાહક અથવા સંભવિત ગ્રાહક તમારી અથવા તમારી કંપનીની ટીકા કરે છે, તો પરિસ્થિતિ સુધારવા માટે 'તમારા પગરખાં તેમના પગમાં પહેરાવો' તકનીકનો ઉપયોગ કરો. ફક્ત તેને પૂછો કે જો તે તમારી જગ્યાએ હોત અને કોઈ તેની ટીકા કરત તો તે શું કરત.

તે ગમે તે કહે, તેના પર આ પ્રતિક્રિયા આપો :

"તમે એકદમ સાચા છો! અમે તે જ કર્યું!" અથવા, "તમે સાચા છો! અમે તે જ કરવા જઈ રહ્યા છીએ!"

દાખલા તરીકે :

સંભવિત ગ્રાહક : "મેં સાંભળ્યું છે કે તમારી ડિલિવરી સમયસર થતી નથી."

તમે : "હા, એ સાચું છે કે ભૂતકાળમાં અમારા વેરહાઉસમાં કેટલીક સમસ્યાઓ હતી. મને કહો, જો તમે કોઈ કંપનીના મેનેજર હોત અને તમારી કંપનીની આ રીતે ટીકા કરવામાં આવત તો તમે શું કરત?"

સંભવિત ગ્રાહક : "મેં તરત જ તમામ સંબંધિતોની બેઠક બોલાવી હોત અને સમયસર ડિલિવરી થાય તે માટે એક નક્કર યોજના બનાવી હોત!"

તમે : "તમે એકદમ સાચા છો! અમે પણ એવું જ કર્યું."

તમે સત્ય સાથે સંમત થયા છો અને તમારી સંભાવનાને તેમને જણાવીને સારું અનુભવ્યું છે કે તેમનો અભિપ્રાય માત્ર સાચો નથી, પરંતુ તમારી કંપનીએ તેને પહેલેથી અપનાવી લીધું છે (અથવા તેને અપનાવવા જઈ રહી છે). જ્યારે તમે 'તમારું પગરખુ તેના પગમાં પહેરાવો છો', ત્યારે તમારા ગ્રાહકનો વાંધો નબળો પડી જાય છે અને તેને ફરીથી તે વાંધો ઉઠાવવાની જરૂર નથી લાગતી.

જો તમારી કંપનીએ સમસ્યાને સુધારવા માટે કંઈ કર્યું નથી, તો તમે તે સંભવિત ગ્રાહકના વ્યવસાયને લાયક નથી.

23

ટેલિફોનનો જવાબ આપવાની સૌથી અસરકારક રીત

મોટાભાગના લોકો આ રીતે ફોનનો જવાબ આપે છે :

"XYZ કૉર્પોરેશન... એલન બોલી રહ્યો છું."

જો તમે કોઈની પાસે ચાલીને જાઓ, તો તમે એમ ન કહો કે "હું એલન છું, ચાલી રહ્યો છું." ફોન પર સ્પષ્ટ છે કે તમે બોલી રહ્યા છો, તેથી 'બોલતા' શબ્દ ક્યારેય ન બોલો.

સંશોધન દર્શાવે છે કે જ્યારે તમે ફોનનો જવાબ આપો છો, ત્યારે બીજી બાજુની વ્યક્તિ તમે કહેલો છેલ્લો શબ્દ યાદ રાખે છે, તેથી તમારું નામ છેલ્લું અને ઉચ્ચ સ્વરમાં બોલો. ઉચ્ચ સ્વર એ છે જેમાં તમે તમારા અવાજની માત્રા અને પ્રમાણ બંનેને વધારશો. અભ્યાસ દર્શાવે છે કે આમ કરવાથી 86% લોકો તમારું નામ યાદ રાખી શકે છે, જ્યારે 'એલન બોલી રહ્યો છું'માં માત્ર 6% લોકો જ તમારું નામ યાદ રાખી શકે છે.

આજથી આ રીતે ફોનનો જવાબ આપો :

"XYZ કોર્પોરેશન...હું એલન."

અને વધતા સ્વર પર તમારું નામ સમાપ્ત કરો. આ સાંભળનારને તેમનું નામ જણાવવા માટે પ્રોત્સાહિત કરે છે અને તમારી વચ્ચે તાત્કાલિક જોડાણ બનાવે છે. બાય ધ વે, ધ્યાનમાં રાખજો, તમે તમારું નામ વાપરજો, એલનનું નહીં.

24

કેવી રીતે ટીકા કરશો અથવા ઠપકો આપશો?

એક નેતા તરીકે, ઘણીવાર એવું બને છે જ્યારે તમારે કોઈને જવાબદાર ઠેરવવા પડે અથવા અનિચ્છનીય વર્તન માટે કોઈને ઠપકો આપવો પડે. આપણામાંના મોટાભાગના લોકો કોઈને ઠપકો આપવા અથવા દંડ આપવાના વિચારથી ડરતા હોય છે. નીચે 6 ભાગમાં એવી તકનીક આપવામાં આવી છે જે દરેક માટે પ્રક્રિયાને સરળ અને પીડારહિત બનાવે છે.

સફળ ટીકા, ઠપકો અથવા મૂલ્યાંકન માટે 6 સુવર્ણનિયમો

1. 'સેન્ડવિચ ટેકનિક'નો ઉપયોગ કરો

જ્યારે ડુંગળી એકલી ખાવામાં આવે છે, ત્યારે તેનો સ્વાદ કડવો લાગે છે, પરંતુ જ્યારે તેને અન્ય સલાડની સામગ્રી સાથે ભેળવવામાં આવે છે, ત્યારે તે સ્વાદિષ્ટ લાગે છે. ફટકો હળવો કરવા માટે, વ્યક્તિએ જે સકારાત્મક કર્યું છે તેના માટે પ્રશંસા કરો. પછી તેની ભૂલ બતાવો અને પછી તેના પ્રદર્શન વિશે કંઈક હકારાત્મક કહો.

2. કાર્યની ટીકા કરો, વ્યક્તિની નહીં

તેને કહો કે તમે તેની સાથે ખુશ છો (જો ખરેખર હો તો!), પરંતુ તેના કામથી ખુશ નથી.

3. તેની મદદ કરવા માટે પૂછો

ક્યારેય એમ ન માનો કે બીજી વ્યક્તિ 'ફક્ત આદેશોનું પાલન કરે છે'. તેના બદલે કહો કે સમસ્યાને ઉકેલવામાં તમને તેના સમર્થન અને મદદની જરૂર છે.

4. કબૂલ કરો કે તમે પણ આવી જ ભૂલો કરી છે અને પછી ઉકેલ આપો.

ભૂતકાળમાં તમે કરેલી સમાન ભૂલનો ઉલ્લેખ કરીને ટીકાની પ્રસ્તાવના કરો. આ તમારી ટીકાને વધુ સહનશીલ બનાવે છે. તે દંત ચિકિત્સક જેવું છે કે તે વ્યક્તિના દાંતને ડ્રિલિંગ કરતા પહેલા તેને સુન્ન કરી દે છે. સમજાવો કે તમે (અથવા અન્ય કોઈએ) ભૂતકાળમાં સમાન પડકારોનો સામનો કર્યો હતો અને સમજાવો કે તમે સમસ્યાને કેવી રીતે દૂર કરી. જ્યારે તમે સ્વીકારો છો કે તમે સંપૂર્ણ નથી, ત્યારે અન્ય લોકો તમને અનુસરવા માટે પ્રેરિત થાય છે.

5. માત્ર એક જ વાર અને ખાનગીમાં ટીકા કરો

અન્ય લોકોની સામે વ્યક્તિને ક્યારેય ઠપકો ન આપો. બંધ દરવાજા પાછળ શાંતિથી આ કામ કરો. ભૂલનો ઉલ્લેખ કરો અને તેને માત્ર એક જ વાર કહો કે તે કેવી રીતે સુધારવી. વ્યક્તિની નિષ્ફળતા વિશે વારંવાર વાત ન કરો.

6. મૈત્રીપૂર્ણ નોંધ પર વાતચીત સમાપ્ત કરો

સમસ્યા હલ કરવામાં તેમની મદદ બદલ આભાર માનો. પછી કહો કે તમે કાર્ય કરવાની નવી રીતો જોવા માટે ઉત્સુક છો જેની હમણાં ચર્ચા કરવામાં આવી છે.

25

અસરકારક ભાષણ કેવી રીતે આપશો?

જે લોકો સ્ટેજ પર ઊભા રહી શકે છે અને શક્તિશાળી પ્રેરક ભાષણ આપી શકે છે તેને દરેક વ્યક્તિ દ્વારા વખાણવામાં આવે છે. તેઓને વ્યવસાય અને સમાજ બંનેમાં નેતૃત્વના હોદ્દા પર બઢતી આપવામાં આવે છે.

કોઈ પણ વિષય પર તાત્કાલિક પ્રેરક ભાષણ આપવા માટે આ ચાર પગલાંના સૂત્રને અનુસરો, પછી ભલે તે ભાષણ બે મિનિટનું હોય, વીસ મિનિટનું હોય કે એક કલાકનું હોય. નીચે જણાવેલ ચાર મુદ્દાઓ યાદ રાખો :

1. વિસ્ફોટક વાત
2. આનો ઉલ્લેખ શા માટે કરવામાં આવ્યો?
3. ઉદાહરણ તરીકે?
4. તો શું કરવું?

1. વિસ્ફોટક વાત

જ્યારે તમે બોલવા ઊભા થાઓ છો, ત્યારે શ્રોતાઓ મનમાં વિચારે છે, 'ઓહ... અહીં બીજો કંટાળાજનક વક્તા આવે છે!' તેથી, તમારે તમારી વાત નાટકીય, રસપ્રદ અથવા રમૂજી વાર્તા, વાક્ય અથવા નિવેદનથી શરૂ કરવી જોઈએ, જેથી પ્રેક્ષકો એકવિધતામાંથી બહાર નીકળી જાય અને તરત જ તેમનું ધ્યાન ખેંચાય.

2. તમે આનો ઉલ્લેખ શા માટે કર્યો?

તમારું આગલું પગલું તેમને એ જણાવવાનું છે કે તમે તે નાટકીય/રસપ્રદ/રમૂજી નિવેદન અથવા વાર્તા શા માટે કહી અને તે તેમના માટે કેવી રીતે મહત્ત્વપૂર્ણ છે.

3. ઉદાહરણ તરીકે?

તમારા ભાષણના મોટાભાગના મુદ્દા અહીં આવે છે. ત્રણ મુદ્દાઓ અથવા કારણો આપો કે શા માટે તમે જે કહી રહ્યા છો તે તેમના માટે મહત્ત્વપૂર્ણ છે. લાંબું ભાષણ આપતી વખતે, ત્રણ મુખ્ય મુદ્દાઓ સાથે ત્રણ સહાયક મુદ્દાઓનો ઉલ્લેખ કરો.

4. તો શું કરવું?

ભાષણના અંતે તમારા શ્રોતાઓ કદાચ વિચારતા હશે કે, 'તો, તમે આ વિશે શું કરવા માંગો છો?' અહીં તમે તમારાં સૂચનોને અમલમાં મૂકવા માટે તેમને પ્રેરણા આપી શકો છો.

ધારો કે તમારે માર્ગ સલામતી વિશે માતાપિતાના જૂથની સામે ભાષણ આપવાનું છે. તમારે તેમને તેમનાં બાળકો સાથે વ્યસ્ત રોડ ક્રોસ કરવા માટે નહીં, પરંતુ ઝેબ્રા ક્રોસિંગનો ઉપયોગ કરવા પ્રેરિત કરવા પડશે. તમે આ ભાષણ આ રીતે આપો છો :

1. વિસ્ફોટક વાત

"ગયા વર્ષે, 2,355 બાળકો બિનજરૂરી રીતે અપંગ થયા હતા અથવા મૃત્યુ પામ્યા હતા, અને આંકડાકીય રીતે, આ રૂમમાં બેઠેલા તમારામાંના બે બાળકોને ટૂંક સમયમાં જ હૉસ્પિટલમાં દાખલ કરવામાં આવશે, અને તમે હવે તેમની સાજા થવા માટે પ્રાર્થના કરશો. સવાલ એ છે કે તે બે લોકો તમારામાંથી કોણ હશે?"

2. તમે આનો ઉલ્લેખ શા માટે કર્યો?

"મિત્રો, હું તમને આ આંકડા એટલા માટે કહી રહ્યો છું કારણ કે ગયા વર્ષે આ દેશમાં આટલી જ સંખ્યામાં બાળકો તેમનાં માતા-પિતા સુધી પહોંચવા માટે રોડ ક્રોસ કરતી વખતે કાર સાથે અથડાયા હતા. અને આમાંથી 96 ટકા બાળકોએ ઝેબ્રા ક્રોસિંગનો ઉપયોગ કર્યો ન હતો. હું જે કહી રહ્યો છું તે આ

રૂમમાં તમારામાંના દરેક માટે મહત્ત્વપૂર્ણ છે અને તે એટલા માટે કે તમે તમારા બાળકોને પ્રેમ કરો છો."

3. ઉદાહરણ તરીકે?

(બિંદુ 1) "રાષ્ટ્રીય સુરક્ષા પરિષદે તાજેતરમાં 46 શાળાઓમાંથી એક અભ્યાસ હાથ ધર્યો હતો, જેમાં જાણવા મળ્યું હતું કે..." (તથ્યો, આંકડાઓ અને અન્ય ડેટા આપીને તમારો પ્રથમ મુદ્દો સાબિત કરો.)

(બિંદુ 2) "અમે અમારા વિસ્તારમાં ટ્રાફિક સલામતી પ્રત્યે માતાપિતાના વલણનું સર્વેક્ષણ કર્યું અને જાણવા મળ્યું..." (તમારો બીજો મુદ્દો સાબિત કરો.)

(બિંદુ 3) "હું પોતે એક પિતા છું - અને હું જાણું છું કે તમારામાંના મોટાભાગના લોકો કેવો અનુભવ કરે છે - જેમ મેં મારી જાતને ઘણી વાર પૂછ્યું છે..." (તમારા ત્રીજા મુદ્દામાં કદાચ વ્યક્તિગત, ભાવનાત્મક અભિપ્રાય સામેલ છે.)

4. તો શું કરવું?

"તો હું આ જ ઇચ્છું છું કે તમે આટલું કરો. આજથી, જ્યારે પણ તમે તમારા બાળકને શાળાએ લેવા જાઓ, ત્યારે હું ઇચ્છું છું કે તમે..." (પ્રેક્ષકોને તમારા સૂચનને અનુસરવા પ્રોત્સાહિત કરો.)

તમે બોલ્યા પછી શાંત થાઓ અને બેસો.

જો તમે સારું ભાષણ આપ્યું હોય, તો તમારે તેમનો આભાર માનવો જોઈએ.

26

દૃશ્ય પ્રસ્તુતિનો ઉપયોગ કેવી રીતે કરશો?

સંશોધન દર્શાવે છે કે જ્યારે તમે પુસ્તકો, ચાર્ટ્સ, ગ્રાફ અથવા લેપટોપનો ઉપયોગ કરીને વિઝ્યુઅલ પ્રેઝન્ટેશન આપો છો, ત્યારે 82% માહિતી આંખો દ્વારા, 11% કાન દ્વારા અને 7% અન્ય ઇન્દ્રિયો દ્વારા પ્રાપ્ત થાય છે.

કહો, બતાવો અને સામેલ કરો

અમેરિકામાં વ્હાર્ટન દ્વારા હાથ ધરવામાં આવેલા અભ્યાસમાં દર્શાવવામાં આવ્યું છે કે મૌખિક પ્રસ્તુતિઓમાંથી માત્ર 10% માહિતી જ પાછળથી યાદ રાખવામાં આવે છે, જ્યારે મૌખિક અને દૃશ્ય પ્રસ્તુતિઓને જોડવામાં આવે ત્યારે યાદ રાખવાની માહિતીની ટકાવારી વધીને 51% થઈ જાય છે. આનો અર્થ એ છે કે જો તમે વિઝ્યુઅલ પ્રેઝન્ટેશન એડ્સનો ઉપયોગ કરો છો, તો તમારી સફળતા 400 ટકા વધે છે.

આ અભ્યાસમાં એ પણ બહાર આવ્યું છે કે વિઝ્યુઅલ એડ્સના ઉપયોગથી, બિઝનેસ મીટિંગમાં લેવાતો સરેરાશ સમય 25.7 મિનિટથી ઘટીને 18.6 મિનિટ થઈ જાય છે, એટલે કે 28% સમય બચે છે.

જો કે, જ્યારે આપણે આપણો સંદેશ રજૂ કરવા માટે - મૌખિક, દૃશ્ય અને ભાવનાત્મક - ત્રણેય પદ્ધતિઓનો ઉપયોગ કરીએ છીએ, ત્યારે લોકો આપણે જે બોલીએ છીએ તેના 92% યાદ રાખે છે.

આપણે યાદ રાખીએ છીએ :

જે સાંભળ્યું તેના 10%

જોયેલું અને સાંભળેલું 51%
જે જોયું, સાંભળ્યું અને કહ્યું તેમાંથી 92%

એટલા માટે માત્ર બોલવાની સૌથી ઓછી અસર થાય છે. બોલવાની અને બતાવવાની થોડી વધુ અસર થાય છે. બોલવાથી, દેખાડવાથી અને અન્યને સામેલ કરવાથી તમારા શબ્દો સૌથી વધુ યાદ રહે છે.

પાવર લિફ્ટનો ઉપયોગ કરો

પ્રેઝન્ટેશન આપતી વખતે પેનનો ઉપયોગ કરો. આ દરમિયાન તેની વિગતો પણ જણાવો. પછી પેન ઉપાડો અને તેને સાંભળનાર અને તમારી આંખોની વચ્ચે મૂકો. તેને પાવર લિફ્ટ કહેવામાં આવે છે અને તે સાંભળનારને ચુંબકીય રીતે માથું ઊંચકવાનું કારણ બને છે. હવે તે તમને અને પ્રેઝન્ટેશનને સીધાં જોઈ રહ્યાં છે અને તમે શું કહો છો તે પણ સાંભળે છે. આ તમારા સંદેશને વધુ અસરકારક બનાવે છે. જો કે, બોલતી વખતે તમારા બીજા હાથની હથેળી બતાવવાનું ભૂલશો નહીં.

પ્રસ્તુતિ દરમિયાન, પુરુષો સાથે લાંબા સમય સુધી આંખનો સંપર્ક કરો, પરંતુ સ્ત્રીઓ સાથે ઓછો સમય. જો તમને આ અંગે શંકા હોય, તો જ્યાં સુધી અન્ય વ્યક્તિ આંખનો સંપર્ક જાળવી રાખે ત્યાં સુધી આંખનો સંપર્ક જાળવી રાખો.

27

વાતચીત દરમિયાન ક્યાં બેસશો?

ખુરશીઓ અને બેઠકની સ્થિતિ ઑફિસ અથવા ઘરમાં હકારાત્મક અથવા નકારાત્મક મૂડ બનાવી શકે છે.

તમે લંબચોરસ ટેબલ પર પાંચ સ્થિતિમાં બેસી શકો છો. ધારો કે તમે B છો અને બીજી વ્યક્તિ A છે.

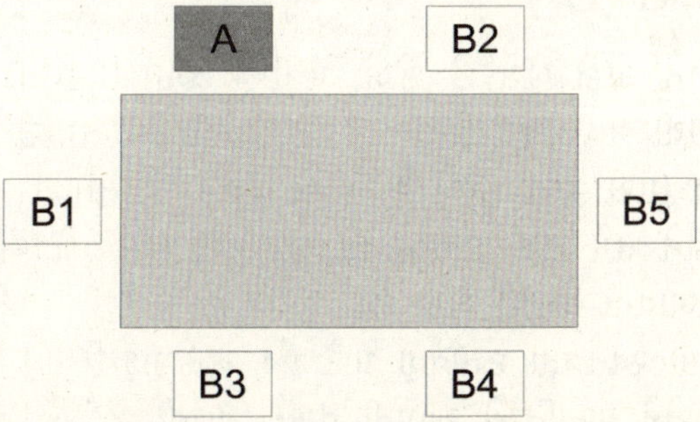

સ્પર્ધાત્મક/રક્ષણાત્મક પરિસ્થિતિ (B3)

ટેબલ એ બે બાજુઓ વચ્ચેનો નક્કર અવરોધ છે. એક વ્યક્તિની સામે બેસીને એક રક્ષણાત્મક, સ્પર્ધાત્મક વાતાવરણ બનાવી શકે છે અને તમે બંને તમારા દૃષ્ટિકોણ વિશે હઠીલા બની શકો છો.

વ્યાપારી ચર્ચાઓમાં સંશોધન દર્શાવે છે કે 56 ટકા લોકો પરિસ્થિતિને સ્પર્ધાત્મક માને છે. વ્યવસાયિક ચર્ચાઓ દરમિયાન -

તે જ લોકો એવી સ્થિતિમાં બેસે છે કે જે કાં તો એકબીજા સાથે સ્પર્ધા કરે અથવા જ્યારે એક વ્યક્તિ બીજાને ઠપકો આપે. જે લોકો એકબીજાની સામે બેસે છે તેઓ ઓછી વાત કરે છે અને વધુ નકારાત્મક, સ્પર્ધાત્મક અથવા આક્રમક હોય છે. જો તમને આ સ્થિતિમાં બેસવાની ફરજ પાડવામાં આવે, તો તમારી ખુરશી વ્યક્તિ A થી 45 ડિગ્રી ફેરવો.

સહયોગી સ્થિતિ (B2)

જ્યારે બે લોકો એકસરખું વિચારતા હોય છે અથવા કોઈ પ્રોજેક્ટ પર સાથે કામ કરતા હોય છે, ત્યારે તેઓ ઘણીવાર આ સ્થિતિમાં બેસે છે. અભ્યાસ દર્શાવે છે કે 55 ટકા લોકોએ વિચાર્યું કે આ સૌથી સહાયક પરિસ્થિતિ છે. જ્યારે આ લોકોને અન્ય કોઈની સાથે મળીને કામ કરવાનું કહેવામાં આવ્યું ત્યારે તેઓ સ્વાભાવિક રીતે આ પદ પર બેઠા. તમારા મંતવ્યો વ્યક્ત કરવા અને અન્ય લોકો સાથે સંમત થવા માટે આ ખૂબ જ સારી સ્થિતિ છે. આ આંખનો સારો સંપર્ક સુનિશ્ચિત કરે છે અને અન્ય વ્યક્તિની શારીરિક ભાષાને પ્રતિબિંબિત કરવાની તક પણ પૂરી પાડે છે.

ખૂણાની સ્થિતિ (B1)

આ સ્થિતિમાં, તે લોકો બેસે છે જેઓ મૈત્રીપૂર્ણ અથવા હળવી વાતચીત કરે છે. આ એ સૌથી મહત્ત્વપૂર્ણ સ્થિતિ છે કે જ્યાંથી તમે તમારી રજૂઆત કરી શકો છો, એમ ધારી રહ્યા છીએ કે A એ પ્રેક્ષક છે. તમારી ખુરશીને સ્થાન B1 પર ખસેડીને તમે તંગ વાતાવરણને દૂર કરી શકો છો અને સકારાત્મક પરિણામની સંભાવના વધારી શકો છો.

પુસ્તકાલયમાં સ્વતંત્રતા દર્શાવવા માટે B4 અને B5 સ્થિતિ પસંદ કરવામાં આવે છે અને તેને પ્રસ્તુતિઓ આપતી વખતે ટાળવી જોઈએ.

જો તમને કોઈ વ્યક્તિની ઓફિસ અથવા ઘરના અનૌપચારિક વિસ્તારમાં, જેમ કે રાઉન્ડ કોફી ટેબલ પર બેસવા માટે આમંત્રિત કરવામાં આવે છે, તો આ એક સકારાત્મક સંકેત છે, કારણ કે વ્યવસાયમાં 95 ટકા અસ્વીકાર ડેસ્કની પાછળથી કરવામાં આવે છે. સોફામાં ક્યારેય એટલા નીચા ન ડૂબશો કે તમારા પગ મોટા દેખાય, તમારું ધડ અદૃશ્ય હોય અને તમારું માથું નાનું દેખાય. જો જરૂરી હોય તો, ખુરશીની કિનારે સીધા બેસો, જેથી તમે તમારી બોડી લેંગ્વેજને નિયંત્રિત કરી શકો અને અન્ય વ્યક્તિથી 45 ડિગ્રીનો ખૂણો બનાવી શકો.

28

10 વિજેતા બોડી લેંગ્વેજ વ્યૂહરચના

અમે કહ્યું તેમ, લોકો તમારા વિશે તેમના 90 ટકા અભિપ્રાય ચાર મિનિટથી ઓછા સમયમાં બનાવે છે, અને તમે તેમના પર જે અસર કરો છો તેના 60-80 ટકા અશાબ્દિક હોય છે. નીચે દસ વ્યૂહરચનાઓ છે જે તમને અન્ય લોકો પર હકારાત્મક અસર કરવાની શ્રેષ્ઠ તક આપશે.

1. તમારી હથેળીઓ ઉપર રાખો

બોલતી વખતે તમારી હથેળીઓ અન્ય લોકોને દેખાતી હોવી જોઈએ. આ પ્રાચીન સંકેતનો પ્રતિભાવ મગજમાં ઊંડે સુધી જડિત છે. આનાથી લોકો તમને બિન જોખમી માનશે અને તમારા પ્રત્યે સકારાત્મક પ્રતિક્રિયા આપશે.

2. તમારી આંગળીઓને સાથે રાખો

જે લોકો તેમની આંગળીઓને ક્રૉસ કરે છે અને તેમના હાથ તેમની દાઢી નીચે રાખે છે તેઓ લોકોનું ધ્યાન સૌથી વધુ આકર્ષિત કરે છે. ખુલ્લી આંગળીઓનો ઉપયોગ કરવો અથવા હાથને દાઢીથી ઉપર રાખવા એ ઓછું અસરકારક માનવામાં આવે છે.

3. તમારી કોણીને બહાર રાખો

તમારી કોણીને ખુરશીના હાથ પર મૂકવી એ શક્તિની નિશાની છે અને એ એક મજબૂત, પ્રમાણિક છબી બનાવે છે. અસફળ અને પરાજિત લોકો પોતાની કોણીને ખુરશીના હેન્ડલની અંદર લટકાવવા દે છે અને સ્વરક્ષણ માટે કોણીને

શરીરની નજીક રાખે છે. આવા લોકો ભયભીત અથવા નકારાત્મક માનવામાં આવે છે, તેથી આ રીતે બેસવાનું ટાળો.

4. તમારું અંતર જાળવો

અન્ય વ્યક્તિની વ્યક્તિગત જગ્યાનો આદર કરો, જે નવી મીટિંગની શરૂઆતમાં સર્વોપરી હશે. જો તમે ખૂબ નજીક જાઓ છો, તો બીજી વ્યક્તિ પાછળ હટી શકે છે, પાછળ ઝૂકી શકે છે અથવા એવી મુદ્રાઓનો ઉપયોગ કરી શકે છે જે તેની ચીડ દર્શાવે છે, જેમ કે તેમની આંગળીઓથી કંઈક ટેપ કરવું અથવા પેન પર ક્લિક કરવું. પરિચિત લોકોની નજીક બેસો, પરંતુ અજાણ્યા લોકોથી દૂર. તમારી ઉંમરના લોકોની નજીક બેસો, પરંતુ તમારા કરતા ઘણા મોટા અથવા નાના લોકોથી થોડા દૂર બેસો.

5. અન્ય વ્યક્તિની બોડી લેન્ગવેજને પ્રતિબિંબિત કરો

અન્ય વ્યક્તિની બોડી લેંગ્વેજ અને ભાષાકીય બંધારણને પ્રતિબિંબિત કરવાથી ત્વરિત તાલમેલ બને છે. જ્યારે પહેલીવાર કોઈને મળો, ત્યારે તેમની બેસવાની સ્થિતિ, મુદ્રા, શરીરનો કોણ, ચહેરાના હાવભાવ અને અવાજનો સ્વર પ્રતિબિંબિત કરો. ટૂંક સમયમાં તેને ખ્યાલ આવશે કે તેને તમારામાં કંઈક ગમે છે - તે તમને ખૂબ જ શાંત વ્યક્તિ તરીકે જોશે.

કપલ્સની સામે સેલ્સ ટોક આપતી વખતે અવલોકન કરો કે કઈ વ્યક્તિ કોની મુદ્રામાં પુનરાવર્તન કરી રહી છે. આ તમને નિર્ણય લેનારને ઓળખવા દે છે. જો સ્ત્રી પ્રારંભિક પગલું ભરે છે અને પુરુષ તેની નકલ કરે છે, તો પુરુષને નિર્ણય લેવા માટે કહેવાનો કોઈ અર્થ નથી.

6. અન્ય વ્યક્તિની બોલવાની ઝડપ સાથે સુમેળ સાધો

વ્યક્તિની વાણીની ઝડપ આપણને કહે છે કે તેનું મગજ કેટલી ઝડપથી માહિતીનું વિશ્લેષણ કરી શકે છે. તમારી સામેની વ્યક્તિ કરતાં સમાન અથવા થોડી ધીમી ગતિએ બોલો અને તેમના સ્વર અને વિચલનને પ્રતિબિંબિત કરો. અભ્યાસોએ દર્શાવ્યું છે કે જ્યારે કોઈ વ્યક્તિ અન્ય વ્યક્તિ કરતાં વધુ ઝડપથી બોલે છે, ત્યારે તે 'પ્રેશર' અનુભવવા લાગે છે.

7. તમારા હાથ ખોલો

તમારી છાતી પર તમારા હાથ ફોલ્ડ કરવા એ તમારી અને કંઈક અપ્રિય વચ્ચે અવરોધ મૂકવાનો પ્રયાસ છે. જ્યારે વ્યક્તિ તેની છાતી પર હાથ બાંધે છે ત્યારે 40 ટકા ઓછી વસ્તુઓ યાદ રાખે છે. જો કોઈ અન્ય વ્યક્તિના હાથ તેમની છાતી પર બંધાયેલા હોય, તો તેમને કંઈક આપીને અથવા તેમને કંઈક કરવા માટે આપીને તેમની સ્થિતિ બદલવાનો પ્રયાસ કરો. તેને તેના હાથ ખોલવા અને આગળ ઝૂકવા માટે પ્રોત્સાહિત કરવા માટે તેને પેન, પુસ્તક, બ્રોશર, નમૂના અથવા લેખિત કસોટી આપો. અસરકારક સંદેશાવ્યવહાર માટે, સામ-સામે મીટિંગ દરમિયાન ક્યારેય પણ તમારી છાતી પર હાથ ન વાળો.

8. તમારી સામેની વ્યક્તિની કોણીને સ્પર્શ કરો

અન્ય વ્યક્તિના સ્પર્શને પ્રતિબિંબિત કરો. જો તે તમને સ્પર્શતો નથી, તો તેવું કરશો જ નહીં. જો કે, પ્રયોગોએ દર્શાવ્યું છે કે જ્યારે કોઈ વ્યક્તિ ત્રણ સેકન્ડથી ઓછા સમય માટે કોણી પર હળવો સ્પર્શ કરે છે, ત્યારે તે 68 ટકા વધુ સહકારી હોય છે.

અધ્યયનોએ એ પણ દર્શાવ્યું છે કે જમવા આવનારા ગ્રાહકોની કોણી અને હાથને સ્પર્શ કરતી મહિલા વેઈટર્સને પુરુષ ગ્રાહકો પાસેથી 80 ટકા વધુ ટીપ્સ મળી હતી. એ જ રીતે, પુરૂષ વેઇટર્સની કમાણી 32 ટકા વધી જ્યારે તેઓ બંને જાતિના ગ્રાહકોની કોણી અને હાથને સ્પર્શે છે. બીજા શબ્દોમાં કહીએ તો, કોણી અને હાથના સ્પર્શની નિપુણતા તમારી સફળતાની તકોને ત્રણ ગણી કરી શકે છે.

9. અન્ય વ્યક્તિના નામનું પુનરાવર્તન કરો

આગલી વખતે જ્યારે તમે કોઈ નવી વ્યક્તિને મળો અને હાથ મિલાવો, ત્યારે તમારો ડાબો હાથ લંબાવો અને તેમની કોણીને અથવા હાથને હળવો સ્પર્શ કરો. તમે તેને યોગ્ય રીતે સાંભળ્યું છે તેની ખાતરી કરવા માટે તેના નામનું પુનરાવર્તન પણ કરો. આનાથી વ્યક્તિ માત્ર મહત્ત્વપૂર્ણ નથી લાગતી, પરંતુ તે તમારા માટે તેનું નામ યાદ રાખવાનું પણ સરળ બનાવે છે.

10. તમારા ચહેરાને સ્પર્શ કરવાનું ટાળો

અધ્યયનોએ બતાવ્યું છે કે જ્યારે કોઈ વ્યક્તિ કંઈક છુપાવે છે અથવા જૂઠું બોલે છે, ત્યારે તે બ્લડ પ્રેશરમાં વધારો થવાને કારણે તેના નાક અને ચહેરાને વધુ વખત સ્પર્શ કરવાનું શરૂ કરે છે. જો તમારા નાકમાં ખંજવાળ આવે છે, તો અજાણ્યા લોકો વિચારી શકે છે કે તમે જૂઠું બોલી રહ્યા છો. તેથી તમારા હાથને ચહેરાથી દૂર રાખો.

આ બધી બાબતોનો અભ્યાસ કરો

મહત્ત્વપૂર્ણ ઇન્ટરવ્યૂ અથવા મીટિંગમાં જતા પહેલાં, થોડી મિનિટો માટે શાંતિથી બેસો અને ઉપર જણાવેલ મુદ્દાઓનો અભ્યાસ કરો અને તમારા મનમાં કલ્પના કરો કે તે કેવી રીતે વધું સારું થઈ શકે. જ્યારે તમે તમારા મગજમાં આ બધી વસ્તુઓ સ્પષ્ટપણે જોશો, ત્યારે તમારું શરીર તેમને સારી રીતે કરી શકશે. તમારે ઇન્ટરવ્યુમાં વિશ્વસનીય દેખાવાની જરૂર છે, તેથી જો તમે ઇચ્છો છો કે અન્ય લોકો તમને ગંભીરતાથી લે તો તમારા વર્તનને અગાઉથી માનસિક રીતે રિહર્સલ કરો.

અભ્યાસો દર્શાવે છે કે જ્યારે પ્રેક્ટિસ કરવામાં આવે છે, ત્યારે આ કુશળતા ઝડપથી આદતો બની જાય છે અને તમને તમારા જીવનભર સેવા આપે છે.

સારાંશ

ટેક્નિક 21. યાદગાર પ્રથમ છાપ કેવી રીતે છોડવી

- ઓરડામાં પ્રવેશ કરતી વખતે, ખચકાટ વિના ઝડપથી આગળ વધો.
- હાથ મિલાવતી વખતે, તમારા હાથને ઊભા રાખો અને તેટલું જ દબાણ કરો જેટલું અન્ય વ્યક્તિ કરી રહી છે.
- સ્મિત કરો. તમારા દાંત બતાવો અને તમારા સંપૂર્ણ ચહેરા સાથે સ્મિત કરો.
- એક ક્ષણ માટે તમારાં ભવાં ઊંચકો.
- પ્રથમ 15 સેકન્ડમાં બીજી વ્યક્તિનું નામ બે વાર લો.
- તમારા શરીરને સામેની વ્યક્તિથી 45 ડિગ્રી ફેરવો.
- સ્પષ્ટ, સરળ અને યોગ્ય મુદ્રાઓ અને હલનચલનનો ઉપયોગ કરો.
- જ્યારે તમે પાછા ફરવાની તૈયારી કરો છો ત્યારે શાંતિથી તમારો સામાન પેક કરો. જો તમે સ્ત્રી છો, તો જ્યારે તમે જાઓ ત્યારે પાછા વળો અને સ્મિત કરો.

ટેક્નિક 22. વ્યવસાયમાં ટીકા સાથે કેવી રીતે વ્યવહાર કરવો

- 'તમારા પગરખાં બીજાના પગમાં પહેરાવો' અને તેને પૂછો કે જો તે તમારી જગ્યાએ હોત અને કોઈ તેની કંપનીની ટીકા કરત તો તે શું કરત.

ટેક્નિક 23. ટેલિફોનનો જવાબ આપવાની સૌથી અસરકારક રીત

- વાક્યના અંતે તમારું નામ કહો અને ઉચ્ચ સ્વરનો ઉપયોગ કરો.

ટેક્નિક 24. કેવી રીતે ટીકા કરવી અથવા ઠપકો આપવો

- 'સેન્ડવિચ ટેકનિક'નો ઉપયોગ કરો.
- કાર્યની ટીકા કરો, વ્યક્તિની નહીં.
- તેની મદદ કરવા માટે પૂછો.
- કબૂલ કરો કે તમે પણ આવી જ ભૂલ કરી છે અને ઉકેલ આપો.
- ફક્ત એક જ વાર અને ખાનગીમાં ટીકા કરો.
- મૈત્રીપૂર્ણ નોંધ પર વાતચીત સમાપ્ત કરો.

ટેક્નિક 25. અસરકારક ભાષણ કેવી રીતે આપવું

- નાટકીય, રસપ્રદ અથવા રમૂજી વાર્તા અથવા નિવેદન સાથે પ્રારંભ કરો.
- તમે આનો ઉલ્લેખ કેમ કર્યો? તમારા પ્રેક્ષકોને કહો કે તમે આ શા માટે કહ્યું અને તે તેમના માટે શા માટે મહત્ત્વપૂર્ણ છે.
- દાખલા તરીકે? ત્રણ મજબૂત બિંદુઓ જણાવો અને દરેક મુખ્ય બિંદુ માટે ત્રણ સહાયક બિંદુઓ આપો.
- તો પછી આપણે શું કરવું જોઈએ? પ્રેક્ષકોને તમે જે સૂચવો છો તે કરવા માટે પ્રેરણા આપો.

ટેક્નિક 26. વિઝ્યુઅલ પ્રેઝન્ટેશનનો ઉપયોગ કેવી રીતે કરવો

- લોકોને વસ્તુઓ બતાવવી અને તેમને સામેલ કરવા એ તેમને તમે જે કહો છો તે સૌથી વધુ યાદ રખાવે છે.
- તેમની આંખો ઊંચી કરવા માટે પાવર લિફ્ટનો ઉપયોગ કરો જેથી તેઓ તમારી રજૂઆત જોઈ અને સાંભળી શકે.

ટેક્નિક 27. વાતચીત દરમિયાન ક્યાં બેસવું

- સ્પર્ધાત્મક/રક્ષણાત્મક સ્થિતિમાં બેસવાનું ટાળો.
- સહાયક અથવા ખૂણાની સ્થિતિમાં બેસો.

ટેક્નિક 28. દસ વિનિંગ બોડી લેંગ્વેજ વ્યૂહરચના

- તમારી હથેળીઓ દૃશ્યમાન હોવી જોઈએ.
- તમારી આંગળીઓને એકસાથે મૂકો.
- તમારી કોણીને બહાર રાખો.
- તમારું અંતર રાખો.
- અન્ય વ્યક્તિની શારીરિક ભાષાને પ્રતિબિંબિત કરો.
- અન્ય વ્યક્તિની બોલવાની ઝડપ સાથે સુમેળ સાધો.
- હાથ ખુલ્લા રાખો.
- સામેની વ્યક્તિની કોણીને સ્પર્શ કરો.
- સામેની વ્યક્તિના નામનું પુનરાવર્તન કરો.
- તમારા ચહેરાને સ્પર્શ કરશો નહીં.

અંત

હાથીને કેવી રીતે તાલીમ આપશો?

શું તમે ક્યારેય નોંધ્યું છે કે સર્કસના હાથીઓને નબળી સાંકળની મદદથી જમીનમાં અટવાયેલા લોખંડની ખીંટી સાથે બાંધવામાં આવે છે.

નાના હાથીને પણ તે સાંકળ તોડવામાં કે ખીંટી ઉખેડી નાખવામાં કોઈ મુશ્કેલી નહીં પડે, પરંતુ પુખ્ત હાથીઓ પણ ભાગવાનો કોઈ પ્રયાસ કરતા નથી. આવું કેમ થાય છે?

જ્યારે હાથીઓ નાના હોય છે, ત્યારે તેમના પગ મજબૂત સાંકળોથી જાડા કોંક્રિટના થાંભલાઓ સાથે જોડાયેલા હોય છે.

બાળક હાથીઓ ગમે તેટલું ખેંચે કે ધક્કો મારે, બૂમો પાડે કે તેમના પગ થોભાવે, તેઓ પોતાને મુક્ત કરવામાં અસમર્થ હોય છે. જ્યારે તેઓ મોટા થાય છે, ત્યારે તેઓ શીખે છે કે તેઓ ગમે તેટલા પ્રયત્નો કરે, સાંકળ તોડવી અશક્ય છે. આખરે તેઓ પ્રયાસ કરવાનું છોડી દે છે.

હવે તેઓએ માનસિક રીતે સ્વીકારી લીધું છે કે જો તેમના પગની આજુબાજુની સાંકળ ખીંટી સાથે બંધાઈ જાય તો તેમના માટે છટકી જવું અશક્ય છે, પછી ભલે સાંકળ ગમે તેટલી નબળી હોય કે ખીંટી ગમે તેટલી નાની હોય. જો તેમને સાંકળ સાથે બાંધવામાં આવે તો તેઓ માને છે કે તેમને કેદ કરવામાં આવ્યા છે.

આપણે જન્મીએ એ સાથે જ આપણા ટ્રેનર્સ આપણને કન્ડિશન કે ટ્રેનિંગ આપવાનું શરૂ કરી દે છે. આપણને આપણી કુદરતી વૃત્તિઓ સિવાય બીજું કોઈ જ્ઞાન નથી અને આપણે જે કંઈ કરીએ છીએ અથવા વિચારીએ છીએ તે 'ટ્રેનર્સ' ભાઈ-બહેન, મિત્રો, શિક્ષકો, જાહેરાત અને ટેલિવિઝન, આપણા માતાપિતા

વગેરેનું પરિણામ છે. મોટાભાગના કન્ડિશનિંગ સૂક્ષ્મ અને પુનરાવર્તિત હોય છે. તે આપણા અર્ધજાગ્રત મનમાં જડિત થઈ જાય છે, જેથી જીવનમાં પછીના નિર્ણયો લેતી વખતે તે હવે અમલમાં આવી શકે. જોકે અમુક કન્ડિશનિંગ આપણને સુરક્ષિત રાખવા માટે હોય છે, પણ મોટા ભાગના આપણી વ્યક્તિગત વૃદ્ધિને અવરોધે છે. આ રીતે આપણે માનસિક અને ભાવનાત્મક સાંકળોની ખીંટીથી બંધાઈ જઈએ છીએ.

આપણા માતા-પિતા આપણને કહે છે કે, 'બાળકો દેખાતાં હોવાં જોઈએ, સંભળાતાં હોવાં જોઈએ નહીં.'

આપણા શિક્ષકો આપણને કહે છે કે, 'કોઈ તમારી સાથે બોલે ત્યારે જ બોલો.'

આપણા મિત્રો આપણને કહે છે, 'સુરક્ષિત નોકરી ક્યારેય ન છોડો.'

સમાજ કહે છે, 'તમારું દેવું ચૂકવો અને નિવૃત્તિ માટે બચત કરો.'

મીડિયા આપણને કહે છે કે આપણે પૂરતા સારા નથી. ખુશ રહેવા માટે, આપણે પાતળા હોવા જોઈએ, સંપૂર્ણ ત્વચા, વાળ અને દાંત હોવા જોઈએ અને સુગંધ સારી હોવી જોઈએ.

આ બધી ચેતવણીઓ સૂક્ષ્મ અને પુનરાવર્તિત છે અને તે આપણી માન્યતા પ્રણાલીનો ભાગ બની જાય છે. જ્યારે આપણે જીવનમાંથી પસાર થઈએ છીએ, ત્યારે આપણને સતત કહેવામાં આવે છે કે આપણે શું કરી શકતા નથી. આપણે શું કરી શકીએ તે આપણને કહેવામાં જ આવતું નથી.

જેમ હાથીને એવું માનવા માટે કન્ડિશન્ડ કરવામાં આવે છે કે તે ભાગી શકતો નથી, તેમ નેગેટિવ કન્ડિશનિંગ આપણને સરળતાથી 'નથી કરી શકતા' વાળા લોકોમાં ફેરવી શકે છે અને સફળતા હાંસલ કરતા અટકાવે છે.

વિસ્થાપન નીતિ

તમારી વર્તમાન ટેવો અને જીવન પ્રત્યેના દૃષ્ટિકોણને પાણીથી ભરેલી ડોલની જેમ કલ્પના કરો. ડોલમાં મોટાભાગની સામગ્રી અન્ય લોકો દ્વારા ભરવામાં આવી છે - આપણા માતાપિતા, શિક્ષકો, સાથીદારો અને મીડિયા દ્વારા.

હવે કલ્પના કરો કે આ પુસ્તકમાં શીખેલા દરેક સિદ્ધાંત અને હકારાત્મક નીતિ એક કાંકરી છે. જ્યારે તમે આ કાંકરાને ડોલમાં નાખશો, ત્યારે કેટલીક નકારાત્મક આદતો અને વલણો બહાર નીકળી જશે. જેમ જેમ તમે આ કરવાનું ચાલુ રાખો છો તેમ, કાંકરા મોટાભાગના પાણીને બદલી નાખશે અને તમારી ડોલ હકારાત્મક કુશળતા, વલણ અને ટેવોથી ભરાઈ જશે જે તમને તમારા જીવનભર લાભ કરશે.

આ પુસ્તકે તમને અન્ય લોકો સાથે ઉચ્ચ સ્તરે સંબંધો બાંધવા, વધુ રસપ્રદ, પ્રભાવશાળી અને ચુંબકીય વ્યક્તિ બનવા અને લોકોને સકારાત્મક નિર્ણયો લેવામાં મદદ કરવા માટે જરૂરી બિલ્ડીંગ બ્લોક્સ આપ્યા છે. એક સિદ્ધાંત લો અને જ્યાં સુધી તે તમારી આદત ન બની જાય ત્યાં સુધી તેનો દરરોજ અભ્યાસ કરો. નવી આદત બનાવવા માટે 30 દિવસની સતત પ્રેક્ટિસ લાગે છે, તો જ તે કાયમી બની શકે છે.

નકારાત્મક ટેવોને સકારાત્મક ટેવોમાં બદલવા માટે હમણાં જ પ્રારંભ કરો. તમે આ કેવી રીતે કરી શકો છો? તે જ રીતે જે રીતે હાથીને તાલીમ આપવામાં આવે છે, સતત શીખીને, સતત સકારાત્મક ક્રિયાઓનો અભ્યાસ કરીને, જેથી તેઓ 'કરવા'ની આદતોમાં ફેરવાઈ જાય.

References

Pease, A & B., The Definitive Book of Body Language, Pease International 2005,

Pease, A.V., The Hot Button Selling System, Pease Training, 1976

Pease, Allan & Garner, Alan, Talk Language, Pease International, 2004

Pease, Allan & Barbara, Why Men Don't Listen & Women Can't Read Maps, Pease Interriational 2001

Pease, Allan & Barbara, Why Men Don't Have a Clue & Women Need More Shoes, Pease International, 2006

Pease, Allan & Barbara, Why Men Can Only Do One Thing at a Time & Women Won't Stop Talking, Pease International, 2003

Pease, Allan, Questions are the Answers, Pease International, 2003

Pease, Allan & Barbara, How to Remember Names & Faces, Pease International, 1996